കയ്യുമ്മുവിന്റെ പ്രണയകവിതകൾ

“I need you like a heart needs a beat.”

കയ്യുമ്മു കോട്ടപ്പടി

തൃശ്ശൂർ ജില്ലയിൽ കോട്ടപ്പടിയിൽ ജനനം. ആനുകാലികങ്ങളിൽ കഥകൾ, നോവൽ, കവിതകൾ, ഗാനങ്ങൾ എന്നിവ പ്രസിദ്ധീകരിച്ചിട്ടുണ്ട്. പിതാവ് മുഹമ്മദ്, മാതാവ് തിത്തുമ്മു.
ഏക മകൾ സുൽഫത്ത്.

കയ്യുമ്മു രചിച്ച പുസ്തകങ്ങൾ:

കവിതകൾ:

പ്രണയത്തിന്റെ അനന്തസാന്ത്വനം, വിരലുകൾ, എത്ര പറഞ്ഞിട്ടും തീരാത്തത്, പ്രണയപ്പൂക്കൾ അഥവാ തീനാളങ്ങൾ, പട്ടുറുമാൽ പടിയിറങ്ങുന്നു, നിലാവും നിഴലും, ചോര മുറിവുകളിൽ കവിത പാടുമ്പോൾ

നോവൽ:

ഭദ്രാലയം, മഴ കാറ്റിനോട് ചാരിയപ്പോൾ

കഥകൾ:

കൃഷ്ണപക്ഷത്തിലെ ഒരു രാത്രി, ഓർമ്മയുടെ പച്ചത്തുരുത്തിലൂടെ

പുരസ്കാരങ്ങൾ:

മലയാള ന്യൂസ് അബുദാബി അവാർഡ്, നിലാവ് മാസിക പുരസ്കാരം കണ്ണൂർ, നവകം മാസിക മലപ്പുറം, മേരി വിജയം തൃശ്ശൂർ, സർഗസ്വരം തൃശ്ശൂർ പുരസ്കാരം, അംബേക്കർ പുരസ്കാരം ഡൽഹി, ഏറ്റുമാനൂർ കാവ്യവേദി പുരസ്കാരം, പച്ചമഷി പുരസ്കാരം പാലക്കാട്, ഗൗരിശങ്കരം ട്രസ്റ്റ് എറണാകുളം പുരസ്കാരം, നവോത്ഥാന സംസ്കൃതി പുരസ്കാരം, പരസ്പരം മാസിക കോട്ടയം പുരസ്കാരം.

കയ്യുമ്മുവിന്റെ പ്രണയകവിതകൾ

കവിതകൾ

കയ്യുമ്മു കോട്ടപ്പടി

FEMINGO BOOKS

2023

വില: 180 രൂപ

Kayyumuvinte Pranayakavithakal
By Kayyummu Kottapadi
Malayalam Poems

Published by:-
FEMINGO BOOKS
femingobooks@gmail.com
Ph: 90740 98776, 8301034604

Cover Design:
Maxlab
Picture Courtsey:
Freepik

Printed in India
at Max

Edition:
First Editon May 2023
Copies: 1000

Price: Rs. 180

ISBN: 978-93-91085-86-5

പ്രസാധകക്കുറിപ്പ്

കയ്യുമ്മുവിന്റെ പ്രണയകവിതകളിൽ
പ്രണയം മഴയായ് പെയ്യുകയാണ്.
ജീവിതത്തിലെ കടുത്ത പരീക്ഷണങ്ങളെ
കയ്യുമ്മു അതിജീവിച്ചത് അവർ
ഒരു കവിയായതുകൊണ്ടാണ്.
നിയതമായ വഴികളിലൂടെയുള്ള
സഞ്ചാരമായിരുന്നില്ല കയ്യുമ്മുവിന്റെ ജീവിതം,
അതേ അനിശ്ചിതത്വങ്ങൾ കയ്യുമ്മുവിന്റെ
കവിതകളിലും കാണാം.
'കയ്യുമ്മുവിന്റെ പ്രണയകവിതകൾ' എന്ന
ഈ പുസ്തകത്തിലെ അറുപതു കവിതകളും
നിന്നുപെയ്യുന്ന പ്രണയമാണ്.
ഈ പ്രണയമഴ പ്രിയപ്പെട്ട
അനുവാചകർക്കായി സമർപ്പിക്കുന്നു.

ദുർഗ മനോജ്
പ്രസാധക

"I saw that you were perfect, and so I loved you. Then I saw that you were not perfect and I loved you even more."

—Angelita Lim

ആമുഖം

അതെ, ഒരുപാട് പറയാനുണ്ട്.
ജീവിതത്തിന്റെ നെട്ടോട്ടത്തിനിടയിൽ കണ്ടുമുട്ടിയ-
വർക്കിടയിൽ നിന്നു പെറുക്കിക്കൂട്ടി,
കൂട്ടിയൊരുക്കി എഴുതി തുടങ്ങുമ്പോൾ
ചെറുപ്രായമായിരുന്നു എനിക്ക്.
എന്റെ (വിരലുകൾ) എന്ന
കവിതാസമാഹാരത്തിൽ
ശ്രീ. വി.കെ. ശ്രീരാമൻ (നടൻ)
പറഞ്ഞതുപോലെ,
ആകാശത്തിലൊരു പക്ഷിയെപ്പോലെ പറന്നു നടക്കുമ്പോൾ
കിട്ടിയ വാക്കുകൾ, വരികളിൽ ചേർത്തു
ഞാൻ എഴുതിത്തുടങ്ങി.
അതെ, അങ്ങനെ കവിതയായും
കഥയായും നോവലായും
എഴുതുമ്പോൾ....
മനസ്സിൽ മറ്റൊരു ചിന്തയും ഉണ്ടായിരുന്നില്ല.
എഴുതണം
എന്ന ഒറ്റ വാശി മാത്രം.
ഒരു പാട് ദുഃഖങ്ങൾക്കിടയിൽ
അതിനെയൊക്കെ മറികടന്നത്
എന്റെ വായനശീലം കൊണ്ടായിരുന്നു.
ഒരു പാട് വായിക്കും
കുറച്ചെഴുതും.
ഏറെക്കാലത്തെ എഴുത്തുകൾ ചിപ്പിക്കുള്ളിലെ
മുത്തു പോലെ കാത്തുവെച്ചത്
പ്രണയോന്മാദത്തോടെ

തഴുകിത്തലോടി ഞാനീ പ്രണയകവിതകളെ
നിങ്ങൾക്കായി ഒരുക്കുകയാണ്.
ദുർഗ മനോജുമായി ഞാൻ
ഇങ്ങനെ ഒരു പുസ്തകത്തിനെക്കുറിച്ചു പറഞ്ഞപ്പോൾ
ഇറക്കാം എന്ന ഉറപ്പു തന്നു.
ഇന്നു ഞാനതിനായി ഒരുങ്ങുകയാണ്.
ഞാൻ, ഒരു സാധാരണ വീട്ടമ്മ
എന്റെ പ്രായം, എന്റെ കൂട്ടുകാരാൽ
നിശ്ചയിക്കപ്പെട്ടത്.
വിദ്യാഭ്യാസം, എന്റെ വായനയും
എഴുത്തും സാക്ഷ്യം പറയും.
എന്റെ കൂട്ടുകാർ, ഞാൻ
അറിഞ്ഞവരും എന്നെ
വായിച്ചവരും.
സന്തോഷത്തോടെ
ഈ പ്രണയകവിതകൾ
എന്റെ പ്രിയ വായനക്കാർക്കായി ഇതാ,
ഞാൻ പങ്കു വെയ്ക്കുന്നു.
കൈക്കൊള്ളുക
എന്ന്,

സ്നേഹത്തോടെ
കയ്യുമ്മു

ഒരു സ്വപ്നത്തിന്റെ മാധുര്യം
ഒരു ചിരിയിലോ
കൊഴിഞ്ഞു തീർന്ന നോവിലോ
പറയാതെ പോയ മൗനത്തിലോ
കൊഴിച്ചിടേണ്ടതല്ല.

ഒന്ന്

ഈ സുഗന്ധം എന്നരികിൽ

വെയിലത്ത് വാടാത്ത
പൂക്കളായിരുന്നു അത്
പൂനിലാവ് പോലെ തെളിമ
യുള്ള സുഗന്ധമുള്ള
പൂക്കൾ!
എനിക്ക് കാണാനായില്ലെങ്കിലും
ആ പൂക്കളാണെന്റെ
വെളിച്ചം!
ഞാൻ ജനലരികിലിരുന്ന്
കാണുമായിരുന്നു
ആ പൂക്കളെ.
ജനൽ പാളികളിൽ കൂടി
അരിച്ചെത്തുന്ന ആ
സുഗന്ധത്തെ
ഇരു കൈകളിൽ കൂടി
കോരിയെടുക്കുമായിരു-
ന്നു ഞാനാ പൂക്കളെ.
ചില നേരത്ത്
എനിക്ക് തോന്നിയിട്ടുണ്ട്
നല്ല നിറമുള്ള പൂക്കളാകാം
അതെന്ന്!
നല്ല സൗന്ദര്യമുള്ളതായി-
രിക്കാം അതെന്ന്

ഞാൻ ചിന്തിക്കും
എന്റെ കണ്ണിനാണോ
ആ പൂക്കൾക്കാണോ
നിറമില്ലാത്തതെന്ന്?
സമയമറിയാതെ
ഞാനാ പൂക്കളിലൂടെ
സമയമറിഞ്ഞു
കൊണ്ടിരുന്നു...
ആ പൂക്കൾ എനിക്കരികിൽ
വരും
നല്ല സുഗന്ധമായ് വന്നെന്നെ
തൊട്ടുണർത്തും
അപ്പോഴും ഞാൻ ചിന്തിക്കും
രാത്രിക്ക് ആരാണിത്രയധികം
സൗന്ദര്യം കൊടുത്തതെന്ന്!
ഇത്രയധികം മണം
കൊടുത്തതെന്ന്!
കാഴ്ചയില്ലെങ്കിലും
ഈ സുഗന്ധമാണെന്റെ
കാഴ്ച!
ഈ സുഗന്ധമാണന്റെ
ജീവിതം!

○○

രണ്ട്

പ്രണയത്തിന്റെ ഏകാന്തമുറിയിൽ

ഞാനും നീയും ഒരുമിച്ചു കിടന്ന
ഈ മുറിയും...
ഒറ്റ നോട്ടത്തിൽ
നമ്മളാരാണ്?
ഒപ്പം കിടന്നിട്ടും നീ മുഖമൊന്നുയർത്തിയില്ല!
വെറുതെ മയക്കം നടിച്ച-
തല്ലാതെ...
ആദ്യമായ് കണ്ടുമുട്ടിയപ്പോൾ
ബന്ധങ്ങളുടെ
തടവറയിൽ നമ്മളന്ന്
എന്തെല്ലാം പറഞ്ഞിരുന്നു.
അറിയാവുന്ന ഭാഷയിൽ
നീ എന്താ പറഞ്ഞത്?
ഓർമ്മയുണ്ടോ?
മിഴിയടച്ച നേരം ഞാൻ ഒരു ചുംബനം
പ്രതീക്ഷിച്ചു. പക്ഷേ, നീ-
ഒഴിഞ്ഞു പോയതെന്തേ?
ഇന്ന്
ഞാനും നീയ്യും ഈ ഒറ്റ മുറിയും!
ഈ ഏകാന്തനോവുകളും
ഒരു പ്രണയചുംബനം
തരാതെയെന്തേ നീ-
യൊഴിഞ്ഞ് പോയത്?
ഒരു തേങ്ങലിൽ എന്റെ

വേദനകളെ ഞാൻ
ഓർത്തു പോകുന്നു...

ഈ ഇരുട്ടും നിന്റെ നിശ്ശബ്ദതയും
എന്നെ വല്ലാതെ
ഭയപ്പെടുത്തുന്നു.
വീണ്ടുമൊരു ഉദയസൂര്യൻ.
പ്രണയലാസ്യത്തിൻ
ഉന്മാദലഹരിയ്ക്കായ്
നിന്റെ ഓർമ്മയ്ക്ക് മുന്നിൽ
പ്രാർത്ഥിച്ചുകൊണ്ട്...

൦൦

മൂന്ന്

എവിടെയാണ് നീ

കൂടെയില്ലെന്നറിഞ്ഞിട്ടും
ചില ബന്ധങ്ങൾ
മുറുകിക്കൂടുകയാണ്.
കൂടെയുണ്ടായിട്ടും
ചില ബന്ധങ്ങൾ
കാണാപ്പുറത്താണ്.

ചിലർ വാതിലടച്ചാലും
നിഴലു പോലെ
ഒളിഞ്ഞുനോക്കും.
ചിലർ കാണുന്നിടത്തൊക്കെ
പുഞ്ചിരിതൂകുമെന്നാലും
കാണാമറയത്തു തന്നെയാണ്.

ചില ബന്ധങ്ങൾ
തുരുമ്പെടുക്കാതെ
മൂർച്ചയിൽ തുളച്ചു
കയറുമെങ്കിലും
സ്നേഹാർദ്രമാണ്.
കനിവിന്റെ
സഹായസ്തങ്ങളാണ്.

അങ്ങനെയും ചിലർ
ഇങ്ങനെയും ചിലർ.

അകറ്റാനാവാത്തതും
അടുപ്പിക്കാനാവാത്തതു
മായ ചില സംഗതികളിൽ
ഉറക്കമൊഴിയാതെ
കാത്തിരിക്കും!
പൊട്ടിച്ചാലും പൊട്ടാത്ത
ചില ബന്ധനക്കുരുകൾ
അങ്ങനെയാണ്.

എവിടെയാണ് നീ?

ഠഠ

നാല്

അറിയാതെ

അറിയാതെയാണെങ്കിലും
ആത്മാനുരാഗമായ്
അറിയുമെന്നകതാരിലെന്നും,
അറിഞ്ഞു ഞാനാത്മാവി-
ലൊരു വിളിയൊച്ചയായ്
അറിയാതെയാണെങ്കിലും
കേട്ടു.
നിഗൂഢതകളിലൊരുപാടൊ-
ളിപ്പിച്ച സത്യങ്ങൾ
അറിയാതെ ഞാനതില-
റിഞ്ഞു...
പ്രിയനേ... എന്നകതാരി-
ലെപ്പൊഴോ ഞാനറിയാതെ
യാണെങ്കിലും
നിന്നിലെ ഞാനെന്നിൽ
കണ്ടു...
കരയുന്ന ചുംബനം
നീയറിയാതെയാണെങ്കിലും
അനുരാഗമായെന്നിൽ
നിറഞ്ഞു...
ചിന്തകളിലെന്നും
രാപ്പകൽ നീറിക്കൊണ്ടൊരു വരി
പാട്ടു ഞാൻ പാടീ....
ഈണവും താളവും

തെറ്റിയാണെങ്കിലും
അതിൽ, തെറ്റാത്തൊരീണം
ഞാൻ കോർത്തു...
അറിയാതെയാണെങ്കിലും
എന്റാത്മാവിൽ നീ
എന്ന അരികിൽ
നിറഞ്ഞുനിൽപ്പൂ...

ഠഠ

അഞ്ച്

കിനാവുകളോടു വിട പറയാതെ

ഒരു സ്വപ്നത്തിന്റെ
മാധുര്യം
ഒരു ചിരിയിലോ
കൊഴിഞ്ഞു തീർന്ന
നോവിലോ
പറയാതെ പോയ
മൗനത്തിലോ
കൊഴിച്ചിടേണ്ടതല്ല.

നീ എല്ലാം മറക്കുന്നു
ഞാനെല്ലാം കൂട്ടിച്ചേർത്ത്
കുടിച്ചു തീർക്കുന്നു.
അളവറ്റ
സ്നേഹം പോലും!

നീ മറഞ്ഞിരുന്നാലും
വാടിവീണ പൂവിതൾ പോലെ...
ശവംനാറി പൂക്കൾ പോലെ...
ഊഷര സ്പനമായ്,
പൂത്തുലഞ്ഞ്,
നീ കടന്നുവരാതിരു
ന്നെങ്കിൽ...
എന്റെ ഈ തീരാത്ത
മൗനങ്ങളിൽക്കൂടി
യിനിയും ഞാൻ
കിനാവ് കണ്ടെന്നിരിക്കും!

ആറ്

ഒക്കെ വെറുതെ

പ്രഭാതങ്ങളുണരുമ്പോൾ
നിന്റെ പ്രണയത്തിന്റെ
രണ്ടു കണ്ണുകളും
താനേ അടഞ്ഞിട്ടുണ്ടാവണം.

നക്ഷത്രങ്ങളെ പോലെ
രാത്രിക്കിടം കൊടുത്ത്
മയങ്ങിയിട്ടുണ്ടാവണം.

ഏതു നേരത്തായാലും
ചിറകുകൾ വിടരുംവിധം
തൂവലുകൾ
കൊഴിഞ്ഞിട്ടുണ്ടാവണം.

മനുഷ്യത്വത്തിന്റെ ചങ്ങലകൾ പൊട്ടിച്ച്
സമയാസമയങ്ങളറിയാതെ
ഇരുട്ടിലേക്കെറിയും മുമ്പേ
പേന ചലിപ്പിച്ചിട്ടുണ്ടാവണം.

അടയും മുമ്പേ കൈയ്യിലെ
കറൻസികളിൽ നോക്കി
ഒന്നു ചിരിച്ചിട്ടുണ്ടാവണം.

വെറുതെ ഒരു മയക്കം!
പിന്നെ രണ്ടു കൈകളൊ -
ന്നിച്ച്, കൂട്ടിപ്പിടിച്ച്, കഷ്ട,
നഷ്ടമായ ജീവിതത്തിലേക്ക്
ഒന്നു തിരിഞ്ഞുനോക്കിയി-
ട്ടുണ്ടാവണം. പിന്നെ, പെട്ടെന്ന്
മിന്നിമറഞ്ഞുപോയ
അവനിലേക്കും,
ജീവിതത്തിലേക്കും
ഒരിക്കൽ കൂടിപോലും
തിരിഞ്ഞുനോക്കാൻ
ഇടം കൊടുക്കാതെ...

പഴക്കിയ പ്രണയം
വെറുതെയെന്നോണം
ചിരിച്ചിട്ടുണ്ടാവണം.
വെറുതെ...

○○

ഏഴ്

അരികിൽ, നീയെത്തിയെങ്കിൽ

ഒരു വരിയിലും നിറഞ്ഞില്ല.
ഒരു പേരിലും ചേർത്തില്ല.
വേനൽ പെയ്യുമ്പോഴും
വർഷം നിറയുമ്പോഴും
നിയെന്നെയറിഞ്ഞില്ല.

മുറ്റത്തെ നീർമ്മാതളം പൂത്തു.
നോക്കൂ, പൂവുകൾ
മന്ദസ്മിതം കൊള്ളുന്നു
മഞ്ഞു തുള്ളികളായ്
തളിരാടുന്നു
ചുണ്ടിൽ നറുമലർ വിരിയുന്നു....
അരികിൽ നീയെത്തിയെങ്കിൽ
എന്ന് ഞാനാഗ്രഹിക്കുന്നു.

നിലാവും നിഴലും
ഒന്നിക്കുമ്പോൾ
നീയും ഞാനും
ഒരുപോലെ...

പൂത്തതൊക്കെയും
പൂവായും കായായും പോയി
പൂത്തതുമില്ല,

നീയോ കായ്ച്ചതുമില്ല!

പിന്നെയൊരിക്കൽ
നിലാവു രാത്രിയിൽ
ഞാനെന്നെയറിഞ്ഞു.
ഒരു നിശാഗന്ധിപ്പൂവായ്
ഞാനുണർന്നു
മഞ്ഞുതുള്ളികളെ
മുത്തമിട്ടു.
അധരങ്ങളിൽ
തീക്കനൽ വാരിയിട്ടു
സുഗന്ധിയായി രമിച്ചു.

നക്ഷത്രങ്ങൾ എന്നെക്കണ്ടു
ഭൂമിക്ക് നാണം വന്നു.
നീയും ഞാനും
പെയ്തിറങ്ങി.
സൂര്യനുദിച്ചു.
ഞാനെന്റെ കണ്ണുകൾ
മുറുകെയടച്ചു.
ഇനിയെന്നു കാണും നമ്മൾ

OO

എട്ട്

ചേലുള്ള പൂവ്

കാടും മലകളും കടന്ന
പ്പോൾ കിട്ടിയെനിക്കൊരു
കാരിരുമ്പിന്റെ കരുത്ത്!

പുഴയും പൂതോണിയും
ചുറ്റി നടന്നപ്പോൾ
കണ്ടു ഞാനെന്നിലെ-
ചേല്!

ചെമ്മണ്ണ് ചേലുള്ള
മോന്തിക്കന്നത്തെ
മേനിക്കൊഴുപ്പുള്ള പെണ്ണ്!

ചന്തം നിറഞ്ഞുള്ള
കാടിന്റെ ഓമന, ചേലോടെ
നിന്ന് കുളിച്ച്...

കാറ്റത്ത് വീശുന്ന
പട്ടുറുമാലിന്റെ ചേലോടെ
നീന്തിത്തുടിച്ച്...

കാലം കടന്നിട്ടും
കോലം പോയിട്ടും
മാറില്ല പെണ്ണിന്റെ പൂതി
ചൊടിയാലെ നീന്തിക്കയറി -
യിരിപ്പവൾ
ചേലുള്ള മന്താരപ്പൂവ്!

ഒമ്പത്

പ്രണയ പുഷ്പം വിരിയുമ്പോൾ

പരിതപിക്കിലും
പഴം താളിലെ
വിന്യാസങ്ങൾക്കിടയിൽ
പഴഞ്ചൂരിന്റെ
ഗൃഹാതുരത്വത്തിന്റെ
മറിഞ്ഞിടാത്ത
ഒരായുസ്സോളം
വേരു മുറിയാത്ത പ്രണയം

തല്ലിക്കെടുത്തിയാലും
വെള്ളമൊഴിച്ചാലും
ചുട്ടുപൊള്ളുന്ന
കനൽച്ചൂടിന്റെ പ്രണയം.

കരിതേച്ചുമാച്ചാലും
ഉമിനീരു പോലെ
ഊറിയൂറി വരും
കരിമിഴിക്കണ്ണീരിന്റെ പ്രണയം.
മുടിയിഴകൾ പോലെ
പാറിയകന്നു പോയാലും
മയിൽപ്പീലിപോലെ
പെറ്റുപെരുകും
കിനാവു തുടിക്കുമെന്റെ പ്രണയം
ആഴത്തിലേക്കാഴ
ത്തിലിറങ്ങുന്ന വേരുകൾ
പോലെയാണെന്റെ പ്രണയം .
പ്രിയ യാത്രികാ

സ്നേഹിതാ
വഴിയോ, ദൂരമോ
ഏതെന്നറിയാത്ത
ഈ ഏകാന്ത വഴിയിൽ
നാം രണ്ടു പേർ
തനിയെ, തനിയെ...

വേരുകൾ വേരുകൾ
ചുറ്റിപ്പടർന്നരയാൽ-
മരം പോലെ
ഈ ചുടു വെയിലത്ത്
രണ്ടു പേർ
തനിയെ, തനിയെ.

ഇനിയും മരിക്കാത്ത നമ്മൾ
നമ്മുടെ മരണസ്മരണകൾ
അസ്ഥികളിൽ പൂക്കുന്ന
ഭൂതകാലത്തിന്റെ
പൂങ്കാവനങ്ങൾ...
ആനന്ദമായ്
പുഷ്പിക്കയാണല്ലോ
ഈ പ്രണയം!

○○

പത്ത്

തോക്കേന്തിയ ചിത്രകാരി

ഒരു മെഴുകുതിരിപോലെ
ഉരുകിയൊലിച്ച്
എന്നുള്ളം ദുർബലമാം വിധം നീറിപ്പിടഞ്ഞു.

പ്രിയനേ...
ഒരു സിറിയൻ ഭൂപടത്തിൽ
നീയെന്നെ കാണുന്നുണ്ടാകും.

പലായനത്തിന്റെ
അതിർത്തികളിൽ
തോക്കുകൾക്കു മുന്നിൽ
ഞാനിവിടെ നില്ക്കുന്നുണ്ട്.
ഒരു കടലിന്റെ തീക്കാറ്റിൽ
പൊതിയുമ്പോഴും
സുരക്ഷിതമില്ലായ്മയുടെ
നരഹത്യ, കലാപമായ്
ചുറ്റിലും ചീറിയടിക്കുമ്പോൾ
എന്റെ സങ്കടം ലാവപോലെ
പൊട്ടിയൊഴുകുമ്പോഴും
എന്നെവരിഞ്ഞു കെട്ടി
നാളത്തെ ഒരു പരസ്യ-
ച്ചിത്രത്തിനായ്
മാറ്റി വെച്ചു ഞാനെന്നെ!

അവരെന്റെ മുന്നിലുണ്ട്
വേട്ടപ്പട്ടികൾ

എന്നന്തരംഗത്തിൽ
ഒരു രഹസ്യഭാഗം
ഒരു നിഗൂതയിലേയ്ക്കും
ഇറങ്ങാനാവാതെ
മുറുകെ പിടിച്ച
നിന്നോടുള്ള പ്രണയം
ഒരു സംഗീതമായ്
രാപ്പാടിയായ്
ഞാൻ മറ്റൊരു ചിത്രകാരിയായ്...
കാലങ്ങൾക്കതീതമായ്...
ഭൂമിയുടെ ഉപ്പായ്
അലിഞ്ഞുചേരുമ്പോൾ
പ്രിയനേ, നീയെന്റെ
കരയുന്ന കണ്ണുകൾമാത്രം
വരച്ചു വെയ്ക്കണം.
ഞാൻ തിരിച്ചു വരുന്ന
യാത്രയിലാണ്,
യുദ്ധ പോരാളികളായ
ഖുറൈസിയിപ്പെണ്ണു-
ങ്ങൾക്കൊപ്പം.
തീക്കടലിൽ
ഞാനിവിടെ നിൽക്കുന്നു.
പ്രിയനേ...
എന്റെ പ്രേമചകോരമേ,
സൂര്യൻ നാളെ ഉദിക്കുമ്പോൾ
ഞാൻ നിന്നെ കാണും!

○○

പതിനൊന്ന്

നീ.... മാത്രം

എന്നിൽ നീയുണ്ടായിരുന്നു.
ഒരിക്കലല്ല, പലവട്ടം!
നമുക്കിടയിലെ
ഇഷ്ടങ്ങൾക്കപ്പുറത്ത്
ഒരു വേലിക്കപ്പുറത്ത്
നീയുണ്ടായിരുന്നു,
ഒരിക്കലല്ല
ഒരായിരംവട്ടം!

പലവട്ടം നമ്മളൊരുക്കിയ
കിനാക്കളിൽ,
ഏതൊക്കെയോ
സഞ്ചാരങ്ങളിൽ
അസാധാരണങ്ങൾ-
ക്കപ്പുറത്ത്
നീയുണ്ടായിരുന്നു...
പിന്നീടെപ്പോഴോ
എന്നെ അസ്വസ്ഥപ്പെടുത്തി
ക്കടന്നുപോയ നിന്റെ ചിരി
കണ്ണിൽ നിന്നകന്നെങ്കിലും,
ഇന്നും വീണ്ടും മുളച്ചുപൊ-
ന്തുന്നുണ്ട് എന്നുള്ളിൽ...
എന്നിട്ടും അവസാനിക്കാത്ത വാക്കുകൾ

ചില്ലുകഷണം പോലെ
ഉടഞ്ഞുകൊണ്ടിരിപ്പാണ്
എന്റെ നെഞ്ചിൽ!
നിന്നോടുള്ള പ്രണയവും!

൦൦

പന്ത്രണ്ട്

ഒരിഷ്ടം

പുഴക്കരയിലെ
ഇളം നിറത്തിൽ
പെയ്തിറങ്ങിയ
ചാറ്റൽ മഴയിൽ ഒരിഷ്ടം
നിറഞ്ഞു തുളുമ്പി-
നിൽക്കുമായിരുന്നു.
ആ ഒരിഷ്ടം
ഓർമ്മയിൽ തെളിയുന്ന
ഒരേയൊരു സത്യം!
അതെ, അതെവിടേയും
മറന്നു വെച്ചിട്ടില്ല!
ആരും എടുത്തുകൊണ്ടു-
പോയതുമില്ല!

എത്രയോ സങ്കടങ്ങൾ-
ക്കുള്ളിലും
ആ ഒരിഷ്ടം മരിക്കാത്ത
ഒരേയൊരു സത്യം!

പലപ്പോഴായി കരഞ്ഞു
തീർത്ത
കണ്ണുനീർത്തുള്ളികൾ
പ്രാണനിൽ കരുത്തോടെ,
ആ ഒരിഷ്ടം തളരാതെ...
തണുപ്പിറ്റിച്ച്
തലോടിയ കൈകൾ
പ്രണയദാഹത്താൽ
പൊതിഞ്ഞതും

ഈറനണിഞ്ഞ നെഞ്ചിൽ
വിയർപ്പുകളൊപ്പിയതും,
എന്നോ നഷ്ടപ്പെട്ട
ആ ദിവസത്തിന്റെ
ഓർമ്മയിലിപ്പോഴുമുണ്ട്
ഏതോ ഒരു വഴിയിലിപ്പോഴും
കുടുങ്ങിക്കിടപ്പാണാ
ഒരിഷ്ടം!

പിന്നെപ്പോഴൊ
ഹൃദയതാളത്തിൽ
എന്തൊക്കെയോ പുലമ്പി-
ക്കൊണ്ടിരുന്നതും...
ചിലപ്പോഴൊക്കെ ഉടലൂരി-
യെറിഞ്ഞ വസ്ത്രംപോലെ
പിടഞ്ഞു കുതിർന്നതും
ചിലപ്പോൾ
ചെഞ്ചോരങ്ങളിൽ
കവിത രചിച്ചതും
എന്നും എപ്പോഴും
എന്റെ കവിതയിൽ
ആ ഒരിഷ്ടം പൂത്തു
നിറഞ്ഞതും
പ്രാണനേക്കാളേറെ
പ്രണയം തലോടിയും
ഏതൊക്കെയോ വർണ്ണങ്ങളിൽ
വിടർന്നു കൊണ്ടിരുന്നു
അലകളിലഴകായ്
ഞാനിങ്ങനെ
രോമാഞ്ചപ്പെട്ട്
ചുവന്നുപഴുത്ത സൂര്യനായ്
പ്രകാശിച്ചു കൊണ്ടിരുന്നു.
എന്നും എപ്പോഴും
ആ ഒരിഷ്ടത്തോടൊപ്പം.

○○

പതിമൂന്ന്

പരസ്പരം പറഞ്ഞിട്ടും തീരാത്തത്

ഒരിക്കൽ ഒരേ സമയം
പ്രണയത്തെക്കുറിച്ച് മാത്ര-
മാണ് പരസ്പരം നമ്മൾ
പറഞ്ഞിരുന്നത്.
പറയാനാഗ്രഹിച്ച കാര്യങ്ങൾ പറയാനാകാ-
തെ പോയതും എന്തെന്നി-
ല്ലാത്ത വേദനയായിരുന്നു...

എല്ലായ്പ്പോഴും
ഓർക്കാനും
ഓർക്കപ്പെടാനും മാത്ര-
മായിട്ടായിരുന്നു, എന്ന്
ജീവപര്യന്തം ശിക്ഷ
ഏറ്റുവാങ്ങിയപ്പോഴാണ്
മനസ്സിലായതും,
മറവിയായതും...

അവസാന വാക്കിൽ
പറയാതെ പോയ
പ്രണയമേ...
നിൻ തുള്ളിയിലെ ജലഛായയിൽ
ഒന്നും കണ്ടതേയില്ലല്ലോ
പക്ഷേ കണ്ണുകൾ
എന്തൊക്കെയോ

പറഞ്ഞിരുന്നു...

ജലക്കണ്ണിലെ ഇറ്റുവീഴാറായ തുള്ളികൾ
ആകശത്തോളം ഉയർന്നു
പിന്നെയതും ഭൂമിയിൽ വന്ന്
ചുംബനങ്ങൾ കലർന്ന്...
പിന്നെയത് പൊട്ടുകളായ്
ആലിംഗനം ചെയ്തതായ്
ഓർക്കുന്നു.
എന്തോ, ഓർമ്മകൾ
എന്നെ വല്ലാതെ
തഴുകുന്നുണ്ട്,
വീണ്ടും വീണ്ടും വരുമോ
ആവോ?

○○

പതിനാല്

പ്രണയവാഹിനി

മിഴികൾക്കുമുമ്പേ
നീ പറന്നകലുമ്പോഴും
മനസ്സിന്റെ ദുഃഖം
നീയറിയുന്നുവോ?
പ്രണയ വാഹിനീ
നീയെനിക്കൊരു
ചിത്രമായിത്തീരുന്നുവോ?
വരികൾക്കുള്ളിൽ
നിന്നടർന്നു വീഴുമൊരു
സംഗീതമായ് പൊഴി-
യുന്നുവോ?
എന്റെ വിരൽത്തുമ്പിലൊരു
കവിതയായ് വിടർന്ന്
മൗനമായ് ആലപിച്ചുവോ?
നീയെനിക്കായ് നിറഞ്ഞ്
മധുവായ് നിറയുന്നുവോ?
എൻ കരളിൽ വിടരുന്നുവോ?
എന്നകതാരിൽ
നിറയുന്നുവോ?

പതിനഞ്ച്

പ്രണയാദ്രതയിൽ

നീയൊരിക്കൽ
പറഞ്ഞരോർമ്മ
നീറുന്നുണ്ടിപ്പോൾ

എന്റെ നെഞ്ചിലെ
മേഘ ധനുസായി,
പ്രണയിനിയായി,
ഗസലുകൾ പാടി-
വരുന്നുണ്ടിപ്പോൾ

ഉടയാത്ത എന്റെ
കരിവളകൾ
കിലുക്കിക്കിലുക്കി
ഒരു താരാട്ടുപാട്ടായ്
അമരത്തൊറ്റക്കിരുന്ന്
തനിയെ തുഴഞ്ഞ്
പുന്നരിച്ച്
കവിത മൂളിയും
വരുന്നുണ്ടിപ്പോൾ

എന്നകതാരിലെ
താളത്തിൽ ലയിച്ച്
നീ കേട്ടിരുന്നത്രയും സമയം
അറിഞ്ഞിരുന്നുണ്ടായിരുന്നു, ഞാനപ്പോൾ

നീയൊരിക്കൽ
പറഞ്ഞതരോർമ്മ
വരുന്നുണ്ടിപ്പോൾ
ഞാനിന്ന്
ആ സ്നേഹരാഗത്തിൽ
പ്രണയാദ്രതയിൽ
ഞാനെന്റെ ജീവിതം
ഇതാ, ഇവിടെ
ഈ നെഞ്ചിൻക്കൂട്ടിൽക്കിടത്തി-
യുറക്കുന്നു
മുകളിൽ ആകാശവും
താഴെ ഭൂമിയും
അതിൽ നീയെനിക്കായ്
കരുതിയ പ്രണയവും.

○○

പതിനാറ്

ഗന്ധം

ഒരിക്കൽ
ഈ മനസ്സുണ്ടായിരുന്നി-
ടത്തായിരുന്നു
പ്രണയം
താമസിച്ചിരുന്നത്!

ഓരോ വൈകുന്നേരങ്ങളിലും
തണുത്തുറഞ്ഞ പത
പോലെ ഒര കിളിർപ്പ്!

ഉടുവസ്ത്രങ്ങളുടഞ്ഞ,
കഴുകാനിട്ട തുണിപോലെ
ഒരേ നാറ്റം!

ആരായിരിക്കാം
ഈ നഗ്നത ഒപ്പിയെടുത്തത്?
ആരായിരിക്കാം
ഈ കൂമ്പിലകളെ
നുള്ളിയെടുത്തത്?
ഇനിപ്പോൾ
ഉണങ്ങാനിട്ട തുണിപോലെ
തിരിച്ചും , മറിച്ചും കുടഞ്ഞിട്ടും
നനയുന്നതല്ലാതെ

ഇളം വെയിൽ തിരിച്ചെ-
ത്തുന്നതും നോക്കി
ഞാനിങ്ങനെ...

○○

പതിനേഴ്

നിറപ്പകിട്ട്

ഒരേറ് കിട്ടിയപ്പോഴാണ്
അത് കവിതയാണെന്ന്
മനസ്സിലായത്
കല്ലും മുള്ളും കൊണ്ട്
ചേർത്തു വെച്ച
വരിയൊത്ത ഒരു കവിത

ഇടയ്ക്കിടെ ചായം തേച്ച്
പലരും മുന പൊട്ടിക്കാൻ
ശ്രമിക്കുമെങ്കിലും
ശില്പിയുടെ ഹൃദയ കൂട്
ഇളകിക്കൊണ്ടേയിരുന്നു.

ഉഴുതുമറിച്ച ചണ്ടി നിറഞ്ഞ
പാടം പോലെ
അതങ്ങനെ മൂർച്ച കേറ്റി,
ഉള്ളിന്റെയുള്ളിലത്
മുനകൂർപ്പിച്ച്

നേരെവന്ന് ചാടാൻ
ശ്രമിച്ചെങ്കിലും
ഉളിയുടെ മുനയറ്റത്ത്
പ്രണയം പിന്നേയും
പാടാൻ തുടങ്ങി.
നിറപ്പകിട്ടിൽ വിരിഞ്ഞ
ഒരു കവിത!

പതിനെട്ട്

ഇനിയും മരിച്ചിട്ടില്ലാത്ത നമ്മൾ

എനിക്കും നിനക്കും
ഒരേ പ്രായമാണ്
നമ്മളൊരുമിച്ചു കണ്ട
സ്വപ്നത്തിനും
ഒരേ അർത്ഥമാണ്
ഞാനറിയാതെ
ചൊടികൾ മന്ത്രിച്ചതും
ഒരേ സ്വരമാണ്

അകക്കണ്ണിൽ
ഉഷ്ണക്കാറ്റടിച്ചിട്ടും
പുറംകണ്ണിൽ
തീജ്വാലടിച്ചിട്ടും
ഉള്ള് പൊള്ളാതെ-
യായതും
നമ്മുടെ പ്രായത്തിനു-
ള്ളിലെ രഹസ്യമാണ്

നമ്മുടെ പ്രായവും
നമ്മുടെ പ്രണയവും
ഒരേ നിറമാണ്
ഒരേ രുചിയാണ്
നരച്ച മുടിയും
ശുഷ്ക്കിച്ച തൊലിയ്ക്കു-
മിടയിൽ
ഇളം തെന്നൽ കുലച്ച്
പിന്നെ കായും പൂവും
നിറച്ച് കവിതകളായ്
ഒരു സ്വപ്നത്തിലെന്ന
പോൽ വിടരുന്നുണ്ട് പ്രണയം!

പത്തൊമ്പത്

ഈ പ്രണയവും ആരുമറിഞ്ഞില്ല

കാറ്റിന്റെ കോപം
ഇടിച്ചു കയറിയത്
വീഴ്ചയുടെ അഗാധ
ഗർത്തത്തിലാണെന്ന്
ഒരു വിശ്വാസിയും
അറിഞ്ഞിരുന്നില്ല.
വിശ്വാസം നഷ്ടപ്പെട്ടത്
മൗനത്തിന്റെ എരിതീ-
യിലിട്ട് വെന്തത്
ഒരു കാടും പറഞ്ഞുമില്ല.
മുറുകുന്ന ചങ്ങലകൾ
രോഷം കൊണ്ടലറുമ്പോഴും
ചോരവാർന്ന ജയിലഴികൾ
കാതോർത്തതുമില്ല.

തിരമാലകൾ
അടിച്ചു കയറിയപ്പോൾ
തീരം രോഷം കൊണ്ടത്
പ്രണയം പങ്കുവെച്ച-
കുടിലുകളും
അറിഞ്ഞിരുന്നില്ല.
ചാവുകടലിലെ
നീർക്കുമിളപോലെ
ജീവിതങ്ങൾ

തീരത്തൊടുങ്ങിയപ്പോഴും
നിശ്ചലതയുടെ
വിഷാദവിള്ളലുകൾ
മണൽക്കാടുകളിലെ
അടിവേരുകളിലേക്ക്
ഇറങ്ങിപ്പോയതും
ഒരു മരുഭൂമിയും
വിളിച്ചു പറഞ്ഞില്ല.

○○

ഇരുപത്

പ്രണയത്തിന്റെ കുടുക്കുവഴികൾ

ആദ്യം അവളാണ്
ബസ്സിൽ കയറിയത്
പിന്നാലെ അവനും
മുന്നിലെ സീറ്റിൽ
അവളാണ് ഇരുന്നത്
പിന്നിൽ അവനും.
പിന്നെ ഇരിപ്പും നോട്ടവും
ക്രമംതെറ്റിയപ്പോൾ
അവളാണവനെ തോണ്ടിയത്
പിന്നാലെ അവനും.
പിന്നീട് അതിരുകൾക്ക്
വിള്ളലുണ്ടായി
ബസ് സ്റ്റോപ്പും ഇടവഴികളും
തമ്മലറിയാതെ
ഈ പ്രയാണം
തുടർന്നു.

പ്രണയത്തിന്റെ ഒരു കുല
അവർക്ക് മുന്നിൽ
ഇതളുകൾ വിടർന്ന്
പാരിജാതങ്ങൾ പൂത്ത്
പവിഴധാരയിലാറാടിയും
നാളുകൾ വഴിമാറിപ്പോയി
നോറ്റ നോമ്പുകളുടെ

നീരും വറ്റി!
വീണ്ടും പുതിയ ബസ്സും
പുതിയ റൂട്ടും പുതിയ കാലവും പിറന്നു
കോവിഡ് കാലവും
പതിയെപ്പതിയെനീങ്ങി
പുതിയ ബസ് റൂട്ട്
തെറ്റി മാറിപ്പോയി
പ്രണയവും...

൧൦

ഇരുപത്തൊന്ന്
പണ്ട് പണ്ട്

പണ്ട്,
ഓലപ്പുറത്തിറ്റുന്ന
മഴത്തുള്ളികൾ
ഒരു പാട് പ്രണയം
തന്നിരുന്നു.
ഇന്ന്,
മേൽക്കൂരയില്ലാത്ത
മോന്തായത്തിൽ
കല്ലിച്ച് നില്പാണ് പ്രണയം!

പണ്ട്,
ഒരിടവഴിയിൽ വെച്ച്
കണ്ടുമുട്ടുമ്പോൾ
തൊട്ടതൊക്കെയും
പ്രണയമാണെന്ന് കരുതി
കവിത നിറയുമായിരുന്നു.
ഇന്ന്,
മതിൽക്കെട്ടിനകത്ത്
മുളവരാത്ത പ്ലാസ്റ്റിക്ക്
ചെടി പോലെ
കരിഞ്ഞു വേവുന്നു
 പ്രണയം.
പിന്നെപ്പോഴൊ

ഉള്ള് നീറിക്കൊണ്ട്
കവിത കുറിക്കുമ്പോൾ
മനസ്സിൽ എന്തെന്നില്ലാത്ത
ഒരു ചുട്ടുകത്തൽ!
ഇന്ന്,
ഒരു നിലാത്തുണ്ടിൽ
പിടിച്ചു കയറാനുള്ള
പിടച്ചിലാണുള്ളിൽ!...

ഠഠ

ഇരുപത്തിരണ്ട്

പ്രണയശില്പി

ഒരു പ്രണയം
ബാക്കി നില്പുണ്ട്
തളിർത്ത് നിൽക്കുന്നൊരു
വൃക്ഷത്തണലിൽ

ഇന്നിന്റെ നിശ്വസങ്ങളേറ്റ്,
വെയിൽച്ചൂടേറ്റ്,
ഹരിത വർണ്ണച്ചില്ലയിൽ
എങ്കിലും ഞാനിന്ന്
ഒരു പുൽക്കൊടിപോലു-
മില്ലാത്തൊരിടത്ത്
കരിഞ്ഞു വീണ
വെയിൽ പൂക്കളിലെ
കിനാവിന്റെ ചാരത്ത്
ഏതോ കവിയുടെ
പദനിസ്വനം ദാഹിച്ച്
നനുത്ത പുഞ്ചിരിയിൽ
തിരമാലകൾക്കപ്പുറത്ത്
മോഹിച്ചതൊക്കെയും കൂട്ടി
കൊഴിഞ്ഞ പ്രണയത്തിൻ
തേനിമയിലെ സുമതലങ്ങ-
ളിൽ മുഖമമർത്തി
ഒരു പ്രണയശില്പി!

ഇരുപത്തിമൂന്ന്

കൂട്ട്

നിന്റെ മൗനത്തിൽ നിന്ന്
ഞാൻ പിന്തിരിയുമ്പോൾ
എന്നുള്ളിലൊന്നും
തോന്നാറേയില്ല.

നിന്റെ സ്വപ്നത്തിൽ നിന്ന്
എന്റെ രൂപം ഇറങ്ങിപ്പോരു-
മ്പോൾ
ഞരക്കമായ് പോലും തെളിയാറുമില്ല.

നിന്റെ സ്വരത്തിൽ നിന്ന്
ഞാൻ തംബുരു മീട്ടുമ്പോൾ
എന്റെ ഗാനം ഒരിക്കലും
പുറത്ത് വരാറേയില്ല!

നിന്റെ ചിരിയിൽ നിന്ന്
എന്റെ മയക്കം നിശ്ശബ്ദ-
മായ് കൂടുക്കൂട്ടുമ്പോഴും
ആരും എന്നെ തൊട്ടുണർ-
ത്താറേയില്ല
ഒരു പക്ഷേ,
ഈ പിൻതിരിവിന്റെ
ഇരുട്ടിൽ നമ്മൾ
സംഗീതമാക്കുന്ന
സാരംഗിയായി
അറിയുമായിരുന്നില്ലേ
നമ്മളെ നമ്മൾ
അറിയുകയായിരുന്നില്ലേ?

ഇരുപത്തിനാല്

സ്നേഹം

ഒരു മാത്രയെന്നിൽ
നീ നിറയുമ്പോൾ
വിടരും ചില്ലയിൽ
നീ ഇളകുമ്പോൾ
ഞാനെന്ന ഞാനൊരു
നിശ്ചലതയിൽ
വിരിയാതെ വിരിയുന്ന
പുഷ്പമോ?

മറക്കുവാനാവില്ലയെങ്കിലും
നിന്റെ മധുവൂറുമഴകിൽ
എനിക്കറിയാനാവാത്ത
നിന്നോടെനിക്കുള്ള
പ്രണയമോ?

അന്നൊരുനാൾ
നമ്മളൊരുക്കിയ
നിറങ്ങളിൽ
ഏഴഴകായ് നിറഞ്ഞ
സൗന്ദര്യ പുഷ്പമേ
എന്നിൽ നീയൊരു
ഹൂറിയായ് വിടരും
പ്രിയ സ്നേഹമേ
എന്റെ പ്രണയമേ

ഇരുപത്തയഞ്ച്

പ്രണയരേഖയിൽ നീ ഒപ്പുവെച്ചപ്പോൾ

കത്തിക്കാളുന്ന പകലിന്റെ
സായാഹ്നത്തിലേക്ക്
മിഴികൾ നീട്ടി ഞാനീ ചുടുനിശ്വാസത്തിൽ
മുങ്ങി നിവർന്നു.

രാത്രിയുടെ സുവർണ്ണ-
രേഖയിൽ
തലവെച്ചു മയങ്ങാൻ
കൊതിച്ച നേരത്ത്,
പകൽ കണ്ട സ്വപ്നത്തിൽ
വെറുതെയൊരു മയക്കം!
പേടിയാണെനിക്കെ-
ന്റെ കാഴ്ചകൾ.

കത്തിയമർ സൂര്യന്റെ
നെടു വീർപ്പിൽ
കരിഞ്ഞൊടുങ്ങിയ പകൽ,
നീരറ്റ ചിറക്കുകൾ
പൊങ്ങാനാവാത്ത
പതർച്ചയിൽ പേടിപ്പെടുത്തും ചിന്തയിൽ
വെറുതെ ഒരു മായപ്പേടി-
യാണെനിക്കെന്റെ
കാഴ്ചകൾ.

കത്തിയമർന്ന സൂര്യന്റെ
നെടുവീർപ്പിൽ
കരിഞ്ഞൊടുങ്ങിയ പകൽ
നൃത്തച്ചിലമ്പൊലിയിൽ
പൊട്ടിയൊലിച്ചു പോയ
ജീവിതങ്ങൾ.

കരിയാതെ കരിഞ്ഞും
ഒലിക്കാതെ ഒലിച്ചും
നിറമില്ലാത്ത കണ്ണാടിക്കൂട്ടിൽ
മങ്ങാതെ കിടക്കുമ്പോൾ
രാത്രിയുടെ സുവർണ്ണ-
രേഖയിൽ ആരോ എന്നെ
മുറിക്കിക്കിടത്തും പോലെ

അത്
നീയായിരുന്നു.
അല്ലേ?
അതെ,
അതാണെന്റെ
പ്രണയം!

○○

ഇരുപത്താറ്

മൗനമന്ദഹാസം

ഞാൻ നിന്നെ കാത്തിരുന്നത്
എന്തിനാണെന്ന്
ഈ പുഴയും വഴിയും
നിന്നോട്
പറഞ്ഞിരുന്നതല്ലേ?

കണ്ണീർത്തടത്തിലെ
നീർമുത്തുകൾ
പുണർന്നു കിടക്കുമ്പോഴും
പറഞ്ഞതരോർമ്മപോലെ
ഈ നീരൊഴുക്കുകൾ
നമ്മൾ കണ്ടിരുന്നതല്ലേ?

സമുദ്രത്തിലെ
നിഴൽ ചിത്രങ്ങൾക്ക്
ആർത്തുചിരിയ്ക്കാനൊ,
തേങ്ങിക്കരയാനൊ
കഴിയാനാവാതെ,
ശിഖരങ്ങളടർന്ന തടിപോലെ തനിച്ചാണെന്ന്
ആരാ പറഞ്ഞത്?

നീയെന്തിനാണ് കരഞ്ഞത്
എനിക്ക് പറയാനുള്ളത്

പറയാനാവാത്തതാണെന്ന്
നിന്നോടാരാ പറഞ്ഞത്?
വഴിയോര സ്വപ്നങ്ങളിൽ
ദിനരാത്രങ്ങളറിയാതെ
ഞാൻ
പിന്നെയും പിന്നെയും
നിന്നേയും കാത്ത്,

വറ്റിയൊ പുഴ?
വരണ്ട മണൽക്കാടുകളിൽ
കള്ളിമുൾച്ചെടികൾ
വളർന്നുവോ?

OO

ഇരുപത്തേഴ്

ഒന്നും പറയാനാവാതെ

സ്നേഹത്തിന്
അവകാശികളില്ലെന്ന്
ആർക്കും പറയാനാവില്ല.
അവൾക്ക് വിശ്വസിക്കാനും
കഴിയില്ല.
പ്രണയത്തിന് മാത്രമേ
പാലിക്കാനാവൂ...

കാണാൻ തുടങ്ങുമ്പോൾ
ഒന്നും മിണ്ടാനാവാതെ...
മിണ്ടിയാൽ തന്നെ
എന്തു പറയണമെന്നറി-
യാതെ...
അസ്ഥികൾക്കുള്ളിൽ
ഒരു വല്ലാത്ത
കിരുകിരുപ്പാണ്...

മൗനം പടിയിറങ്ങിയപ്പോഴും
പൊട്ടിവീണ നൊമ്പരം
സ്നേഹത്താൽ തഴുകിയും
കണ്ണുനീരിനാൽ
മൂടപ്പെട്ടതുമെല്ലാം
വരി തീർത്ത കവിതയിൽ
ഇനിയും മുഴുമിപ്പിയ്ക്കാ-

നാവാതെ,
ഇഴ ചേർക്കാനാവാതെ...

ഇന്നലെകൾ
ഉപേക്ഷിച്ചു പോയ
നമ്മൾക്കിടയിൽ
അവകാശികളില്ലെന്ന്
പറഞ്ഞതാര്?
അങ്ങനെ പറയാനും
പറയാതിരിക്കാനും
വയ്യാത്ത ഒരവസ്ഥയിൽ
ഒരേയിരിപ്പാണ്
വിശ്വസിക്കാനാവാതെ

നിമിഷങ്ങളെണ്ണിയിരി-
ക്കുമ്പോഴും
കുളിരുന്ന വഴികൾ
താണ്ടുമ്പോഴും
എത്താൻ വേഗത്തി-
ലോടുമ്പോഴും
ഇഷ്ടങ്ങൾ മറന്ന് പോവാത്ത
വിശ്വാസത്തിലെന്നപോലെ
അവകാശികൾക്കിടയിൽ
നിന്ന്
ആർക്കും വലിച്ചെറിയാനാ-
വാത്ത
ഇഷ്ടക്കാരിയായി,
സ്നേഹിച്ചവർക്കിടയിലേക്ക്
ഒന്നും പറയാനാവാതെ.

○○

ഇരുപത്തെട്ട്

നമുക്ക് മാത്രം

ഒരു പിടിയോർമ്മകൾ
എണ്ണിപ്പെറുക്കി ഞാൻ
ഈ പുഴയോരത്തമർന്നു
നില്ക്കും.
ഒരു പാട് കാര്യങ്ങൾ കൂട്ടി
യൊരുക്കി ഞാൻ
സ്വപ്നങ്ങൾ നെയ്തു
കാത്തിരിക്കും.
നിന്നോടൊത്തിരി
പറയുവാനായ് ഞാൻ
വാക്കുകൾ തേടി
തളർന്നു നില്ക്കും
ഈ പുഴയോരവും
ഈ തണലോരവും
ബാല്യകാലങ്ങളെ
ചുറ്റി നില്ക്കും.
ഒരു കൊച്ചു പാവാട-
ക്കാരിയായ് പാഞ്ഞതും
ഒരു മാത്രമെന്നിൽ
പൊതിഞ്ഞു നിർത്തും.
കാണാനായിരം
സ്വപ്നങ്ങൾ തേടിക്കൊ-
ണ്ടെന്നും ചിന്തയിൽ
പൂത്തു നില്ക്കും.

വള്ളിക്കുടിലിന്റെ
ചോരാത്തൊരിടത്തെന്റെ
കണ്ണുകൾ പൂട്ടാതെ
നോക്കി നില്ക്കും.
അന്തിമാനത്തോപ്പിൽ
വന്നു നിറയുന്ന
ചെഞ്ചോര പൂക്കളും
കണ്ടു നില്ക്കും.
ചുണ്ടിൽ വിരിയുന്ന
കവിതകളൊക്കെയും
ഉദയാർക്കനെപ്പോലെ
കത്തി നില്ക്കും.
എത്തിട്ടുമിപ്പോഴും
ചെഞ്ചോര മിഴികളും
മന്ദസ്മിതത്തോടെ
തേടിയതാരെയോ?
ഒന്നുരിയാടാതെ
വെൺ പ്രഭാതത്തോടെ
ഇന്നും ഈ മിഴികളിൽ
ശലഭമല്ലെ?
സ്നേഹിച്ചതത്രയും
നിന്നെയാണെങ്കിൽ ഞാൻ
വെറുതെ പുലമ്പില്ല സത്യമാണ്.
കരുതിയതത്രയും
നിന്നിലുണ്ടെങ്കിൽ ഞാൻ
പിന്നൊന്നും നോക്കില്ല
തീർച്ചയാണ്!

൦൦

ഇരുപത്തൊമ്പത്

എനിക്കതാണിഷ്ടം

ഞാനപ്പോഴും
യാത്ര ചെയ്യാനിഷ്ടപ്പെ-
ടുന്നു.
വല്ലപ്പോഴും കൂടണയു-
മ്പോഴുണ്ടാക്കുന്ന
ഒരു സുഖം!
ഞാനെപ്പോഴും
സ്വപനം കാണാനിഷ്ട-
പ്പെടുന്നു
അമ്പരപ്പെട്ട് ഞെട്ടിയുണ-
രുമ്പോഴുണ്ടാകുന്ന-
ഒരു സുഖം!
ആഴങ്ങളിൽ കിടന്ന്
അലമുറയിട്ട് മുങ്ങുമ്പോഴും
തിരിച്ചു കേറാനായ്
രക്ഷപ്പെടുമ്പോഴുണ്ടാ-
കുന്ന ഒരു സുഖം!

എല്ലാം ഓർത്ത്
നഷ്ടസ്വപ്നങ്ങളെ-
ക്കുറിച്ച്,
ഭൂതകാലങ്ങളിലേക്കമരു-
മ്പോഴും, കാണാത്ത-
കാഴ്ചകൾ കാണുമ്പോഴു-

ണ്ടാകുന്ന ഒരു സുഖം!
മഴത്തുള്ളികളിൽ
കിലുങ്ങുന്ന കിലുക്കാം
പെട്ടിയായ് ഞാനിവിടെ
നില്ക്കുകയാണ്...

സംഗീതം പൊഴിക്കുമ്പോഴും
കുരുവികൾ പാടുമ്പോഴും
പാട്ടിന്റെ ചേലിൽ ഞാനങ്ങനെ
മതിമറന്നെന്നിരിക്കും.
എന്തൊരു സുഖമാണെ-
നിക്കപ്പോൾ,
ചിലപ്പോൾ ഞാനോർക്കും
ഈ പ്രപഞ്ചത്തിൽ
എന്നെപ്പോലെ
ഞാൻ മാത്രമായിരിക്കു-
മെന്ന്
അല്ലെങ്കിലും
അതങ്ങനെയാണല്ലോ,

പേനയിൽ
മഷിതീരുമ്പോഴും
ജീവിതത്തിൽ
കനലെരിയുമ്പോഴും
കവിതയാണെന്നേ
സങ്കൽപ്പിക്കാനാവൂ
എനിക്കതാണിഷ്ടം!

ഠഠ

മുപ്പത്

കടൽ, അപ്പോഴും ഉന്മാദിനിയാണ്

കടൽതീരത്ത് കുതിർന്നു
വീണ മുത്തുകൾ
മണൽ ചൂടിൽ കാറ്റേറ്റ്
കിടന്നു.
പതിയെ എടുത്തു വെച്ച
പാദം കനത്ത മൗനത്തിൽ
അമർന്നു കിടന്നപ്പോൾ
അവിടെയെത്തിയ
ഒരു മധുചഷകം
നിറഞ്ഞു തൂവി.
എന്നിട്ടോ?
പ്രണയമൊരുക്കിയ മനസ്സിന് കനൽ മുത്ത്
ആശ്വാസമേകി.
ഇന്ന്!
ചൂടിലും കുളിരിലും പെട്ട്
സുനാമിയായ്, ആവിയായ്
പൊങ്ങുമ്പോൾ
കനവിൽ മറ്റൊരു വസന്തം
പിറവിയൊരുക്കയായ്

പ്രണയിനികൾക്ക്
ഉന്മാദത്തിന്റെ നിറവായ്
ഉഷസിന്റെ ഉണർവ്വായ്
ഋതുക്കൾ നിറഞ്ഞത്
പ്രണയം ഓർമ്മപ്പെടുത്തി-
ക്കൊണ്ടിരുന്നു.
ഉന്മാദിനിയായ്...

മുപ്പത്തൊന്ന്

ഗസൽപ്പൂക്കൾ

ഒരു തെരുവു ഗാനം
എവിടെയോ നിന്ന്
ഒഴുകിയെത്തുന്നു,
മഴയുടെ സംഗീതംപോലെ
        മന്ത്രമായ്
        മധുരമായ്
ആ വെള്ളിവെളിച്ചത്തിൽ
ആരുടെ ഗസലാണ് പൂത്തത്?
ആരുടെ നൊമ്പരമാണ്
പൊഴിഞ്ഞത്?
ഏത് രാഗത്തിലാണത്
നിറച്ചത്?
        ജാലകപ്പഴുതിലെന്റെ
        കണ്ണുകൾ, കാതുകൾ
എന്റുമ്മയുടെ തേൻമൊ-
ഴിയിലാണത് ഞാൻ കേട്ടത്.
ഇനിയും തെരുവോരത്ത്
ഗസൽപ്പൂക്കൾ വിരിയും
നൊമ്പരപ്പൂക്കൾ പൊഴിയും
        ജാലകങ്ങൾ
        അടയുകയേയില്ല!
ഞാനെന്റെ കണ്ണുകൾ
അടയ്ക്കാതെ
പ്രേമാദരാവുകളിൽ
ഗസൽ പൂക്കളിൽ
        സ്വപ്നം നിറച്ചങ്ങനെ

മുപ്പത്തിരണ്ട്

അന്വേഷിച്ചു കണ്ടെത്തിയില്ല

തിരഞ്ഞിട്ടുണ്ട് ഒരു പാട്
ഓരോ മുക്കിലും
മൂലയിലും പെട്ട്
അലഞ്ഞിട്ടുണ്ട് മനസ്സ്!

കൊതി തീരാതെ കണ്ണുകൾ
വരികൾക്കിടയിലൂടെ
നിറഞ്ഞതെല്ലാം
ഒരു പിടിയും തരാതെ
പാഞ്ഞതെങ്ങോട്ട്?
എല്ലാം ഉള്ളിലൊതുക്കി
നീറുമ്പോഴും
ചങ്ക് കലങ്ങിയ നോട്ടവുമായ്
മറഞ്ഞതേതുവഴി?

തട്ടം മറച്ച് പറഞ്ഞ
കാര്യങ്ങളൊക്കെയും
കോർത്തെടുത്ത്
പ്രാവിൻ ചിറകിനുള്ളിൽ
കൊടുത്തു വിട്ട
പ്രണയലേഖനം
പരിഭവത്തോടെ
അതിലേറെ
പ്രയാസത്തോടെ

ഒരുമാതിരി സങ്കടപ്പെട്ട്
കഴിഞ്ഞ കാലത്തിലേ-
ക്കിറങ്ങിപ്പോയതേതുവഴി?

തീരാതെ പോയ ജീവിതം
തീർത്തും ഈ രണ്ടു-
കളിപ്പോഴും അലയുന്നുണ്ട്
നീ അകന്നുപോയ വഴിയേ!

൦൦

മുപ്പത്തിമൂന്ന്

ഇടവപ്പാതിപ്പോയപ്പോൾ

നിങ്ങളും കാണുമായിരിക്കും
ഇടവപ്പാതി നിറവിൽ
പുഴപോലുള്ള എന്റെ മുറ്റത്ത്
ഞാനൊരു കടലാസ്
തോണിയായത്

നനഞ്ഞു കുതിർന്നപ്പോൾ
ചില ഇടങ്ങളിൽ
പറ്റിപ്പിടിച്ച ഹൃദയത്തിലും
പടിഞ്ഞാറെ തൊടിപോലെ
പ്രണയം
ചാലിട്ടൊഴുകിയത്

അന്നുച്ചസൂര്യനെ
ഞാൻ കണ്ടതുമില്ല.
ശപിക്കപ്പെട്ട
അഹല്യയെപ്പോലെ
ശിലയായി ഞാനുണ-
ങ്ങിപ്പോയതുമില്ല
പക്ഷേ,
ഇടവപ്പാതി പോയപ്പോൾ
മുറ്റത്തെ പുഴയുണങ്ങിയപ്പോൾ
ചൊറി പൂത്ത കാലുകൾ
വേനൽച്ചൂടു പോലെ
കീറിപ്പിളരാൻ തുടങ്ങി

മഴയുടെ നാനാർത്ഥ-
ങ്ങളിൽ നിന്നും
വേനവലവധിയായെത്തിയ
ചെറുകാറ്റും പൊക്കാറ്റും
പറന്നുപൊങ്ങാൻ
തുടങ്ങിയപ്പോഴേക്കും
ഇടവപ്പാതിയുടെ
സ്വപ്നങ്ങളും
കടലാസുവഞ്ചികളും
നനഞ്ഞൊലി മുറ്റവും
ചെറിയ, ചെറിയ
ചുവന്ന ബിംബങ്ങളായി
മഴവില്ലു പോലെ
പിന്നീടെന്നിൽ
ഒരു ഭ്രാന്തൻ സൂര്യനായ്
നിറഞ്ഞു കത്തി!

○○

മുപ്പത്തിനാല്

പ്രണയവർണ്ണങ്ങൾ

എനിക്ക് പറയാനു-
ണ്ടായിരുന്നത്.
അതെന്നോടു തന്നെ
യായിരുന്നു
ഇന്നും പറഞ്ഞു കൊ-
ണ്ടിരിക്കുന്നതും
അതെനോടു തന്നെയാണ്.
ഇനി നാളെ പറയാൻ
കുറെയേറെ
റോസാപ്പൂക്കളാണെന്റെ-
യുള്ളിൽ

പല നിറങ്ങളായ്
പല ഇതളായ്
പല രുചിയായ്
പല വർണ്ണങ്ങളായ്
നിറയുമ്പോൾ.

മുപ്പത്തഞ്ച്

പ്രണയദാഹം

വേനൽക്കെടുതിയിൽ
ഒരു പൂവിരിഞ്ഞു നിൽക്കുമ്പോൾ
പുതുമണം മായാത്ത
നേർത്ത മാറിൽ
നിറമുള്ള സ്വപ്നങ്ങൾ
നെയ്തു നിറയ്ക്കവേ

വിരിഞ്ഞു തീരാത്ത
പൂവിൻ ഇതളിൽ
ഒരായിരംമൊട്ടുകൾ
വീണ്ടും തളിർക്കവേ
പിരിഞ്ഞ വഴിയുടെ
ഋതുക്കളിൽ നിറയുന്ന
ആയിരം സ്വപ്നങ്ങൾ
കാതോർത്തു പുൽകവേ

ഇന്നെന്റെ പ്രണയത്തിൽ
തീരാത്ത വരികളിൽ
നൃത്തം ചവിട്ടി
പാടിത്തിമിർക്കവേ.
ഗായകാ, ഞാനിതാ
പ്രണയദാഹത്താൽ
ജീവിത നൃത്തശാലയിൽ
തളരാതെ നില്പതായ്

മുപ്പത്താറ്

കടൽ സ്വപ്നം

കടപ്പുറത്തിന്
പല പ്രത്യേകതളുണ്ട്.
പ്രണയം മാത്രമല്ല
ദുഃഖവും നിരാശയും
പ്രത്യേകതകളിൽ
വഴുതി വീഴും.

എന്നേ മുങ്ങിപ്പോയ
പല മുഖങ്ങളിലും
പല അടയാളങ്ങൾ
തെളിയും.
നിലച്ചുപോയവരുടെ
ചോരയും ജീവിതവും
പിന്നെയും പിന്നെയും
കടലോരത്തേക്ക് വന്നടിയും.

മൺകൂനയിൽ
മായ്ച്ചുകളയുന്ന
ചില സ്വപ്നങ്ങൾ
കണ്ണുകളിൽ തെളിയും
ചിലർ,
വാരിയൊതുക്കിയാലും
അതൊക്കെ താനെ
ചോരപ്പാടിൽ തന്നെ വേവും

ഒടുവിൽ നിരാശയുടെ
ഒരു ചെറു സങ്കടം
ഉള്ളിലിട്ട് തിരിച്ചു പോരു-
    മ്പോൾ
ഇനിയൊരിക്കലും
കടപ്പുറത്തേക്ക് വരില്ല
എന്ന് തോന്നാത്ത വിധം
കടൽ പിന്നേയും പിന്നേയും
നമ്മളെ കൂട്ടിക്കൊണ്ടു-
    പോകും.

എത്ര കണ്ടാലും
എത്രകേട്ടാലും
ജീവനുകൾപോയാലും
കടൽസത്യങ്ങളിലെ
മതിവരാത്തദാഹം
എത്ര ഒടുങ്ങാത്തതാണെന്ന്
പിന്നെയും പിന്നെയും
നമ്മുടെ മനസ്സ്
നമ്മോട് പറഞ്ഞുകൊണ്ടി-
    രിക്കും.
മതിയടങ്ങാത്തതിരമാല
പോലെ
നമ്മുടെ പ്രണയവും!

○○

മുപ്പത്തേഴ്

പ്രഹേളിക

വരിയിൽ നിന്ന് തിരഞ്ഞത്
വാക്കുകൾക്കിടയിലൂടെ
നിറഞ്ഞു പോയി
കാണാതെ വീണൊരു പൂവ്
അപ്പോഴും നെഞ്ചിനകത്ത്
കിടപ്പുണ്ടായിരുന്നു
പ്രണയവരിയിൽ തളിർത്ത്

തേങ്ങിയ നെഞ്ചിൽ നിന്നാണ്
പിന്നീടൊരു കവിത വീണത്
എങ്ങോട്ട് തിരിയുമെന്നറി-
യാതെ
ആ മോഹ സ്വപ്നങ്ങളുടെ
മഴ വെള്ള കുതിപ്പിൽ
പ്രണയം നിലയ്ക്കാത്ത
പെയ്തിരുന്നു
ഒരുവേള അത് ജീവന്റെ
ഉന്മത്ത നൃത്തമായ്
മാറുന്നു.
അപ്പോഴും
ആ പൂവിന്റെ പ്രണയം
എന്നോട് പറഞ്ഞത്
ഞാനിവിടെ തന്നെയുണ്ട്
കൂടെ പോന്നോളൂ.

മുപ്പത്തെട്ട്
മഷിക്കുപ്പി

നിറമില്ലാത്ത
കുപ്പിയിൽ നിന്ന്
തെളിയാത്ത മഷിയിൽ
മുക്കി
ഞാനെഴുതി
നല്ല തെളിച്ചമുള്ള
ഒരു കവിത!
പല തരത്തിൽ
പല നിറത്തിൽ
പല രുചികളിൽ
എന്റെ ഒരു പുസ്തകത്തിൽ
കുനു കുനാ നിറച്ചു കൊണ്ട്,
ഒരു മഷിത്തുള്ളി പോലും
പുറത്തു പോവാതെ
റ്റെവാക്കിൽ പറഞ്ഞാൽ
അന്നു തുടങ്ങിയതാണ്
എന്റെ പ്രണയം!

മുപ്പത്തൊമ്പത്

മരുപ്പച്ചയിൽ ഒരു പ്രേമകന്യക

പ്രണയിച്ചതും
കലഹിച്ചതും
ഒരു ഒസ്യത്തിൽ
അവൻ പറഞ്ഞു തീർത്തു.

പ്രണയാരംഭത്തിൽ
എത്രയോ മുൻപായിരിക്കണണം
ആ ഒസ്വത്തിന്റെ തീർപ്പ്!

കളിച്ചും ചിരിച്ചും
പറഞ്ഞു വെച്ചതൊക്കെ
കൂട്ടിയൊരുക്കിക്കൊണ്ടാ-
യിരുന്നു എല്ലാം
അവസാനിപ്പിച്ചത്.

ഒട്ടകങ്ങളും കാണാപ്പുറത്ത്
മറഞ്ഞുപോയി
കാണെ കാണെ മരീചികയുടെ
പ്രലോഭനങ്ങൾ!

പരസ്പരം ചേർത്ത് വെച്ച്
ഒരു പാത്രത്തിൽ വിളമ്പി വച്ച്
ഒരു തടാകം തീർത്ത്
ഒഴുക്കിക്കളഞ്ഞതുമെല്ലാം

ചക്രവാളസീമയിൽ
അകന്നു മറഞ്ഞു.

കിളിവാതിൽക്കൽ
കുപ്പിവളകൾ കിലുങ്ങി.
അവൾ മരുഭൂമിയോട്
പറഞ്ഞു,
പറഞ്ഞത് മുഴുവനും
മറന്നു കളഞ്ഞത്
എന്റെ കുറ്റം കൊണ്ടു-
മായിരുന്നില്ല.
പ്രണയം മാത്രം
കാതോർത്തു നിന്നത്
എന്റെ സ്വകാര്യതയു-
മായിരുന്നില്ല.

ഭൂതകാലത്തിന്റെ ചെപ്പിൽ
പിന്നീടൊരു സ്മാരകമായതും
കലങ്ങിമറിഞ്ഞ ജീവിതം
ജല കണ്ണികളിൽ
ജ്വാലയിൽ മുങ്ങിയതും
ഒന്നും ഓർക്കാനേ വയ്യ!
ഏതോ ഒരു ഖൽബിൽ
നീയെന്നെ തടവിൽ
പാർപ്പിച്ചു.

ഞാനാണോ നീയാണോ
ഒസ്യത്തിൽ ഒപ്പ് വച്ചത്?

○○

നാൽപത്

കഷ്ടണ്ട് ട്ടോ

കാറ്റ് വന്ന് മൂളിയതു പോലെ
ഒരു കൂട്ടം പക്ഷികൾ കുറുകി ചിറകിട്ടടിച്ചതു
പോലെ
മനസ്സിലാരോ വന്ന്
മൂളിയതുപോലെ
മഴക്കാറ്റിലലിഞ്ഞും
അകലെ, ആകാശക്കീറിൽ
താരകങ്ങൾ ഉമ്മ കൊടുത്തും, ആരോ
വന്നു തൊട്ടുതലോടി-
യതുപോലെ
ആരൊക്കെയോ
എന്തൊക്കെയോ
പറയുന്നുണ്ട്.

വയൽപ്പൂ കിളികൾ
കതിരുകൾ പെറുക്കി
നൃത്തമാടി രസിക്കുന്നു.
അകലെ, ചക്രവാള സീമ-
യിൽ പുളകം കൊണ്ട്
നിർവൃതി കൊള്ളുന്നു.

കടൽ നോക്കി കഥ പറഞ്ഞതും
തിരമാലയിൽ ലയിച്ചതും
കാൽനഖം മണ്ണിലെഴുതി-

യതുമെല്ലാം
ഒരു കിനാവിന്റെ
പിടച്ചിലിൽ
എന്നിലാരോ കടമെടുത്ത്
ജീവിതക്കുരുക്കിൽ
ട്രപ്പീസുകളിൽ
വിരലമർത്തുമ്പോൾ
ഫെയ്സ്ബുക്കിലെ
ചിരിപ്പൂക്കൾ ചിതറി
ട്രപ്പീസിൽ വീണപ്പോൾ
കളിയിലെ ഞാൻ
കാര്യമറിയാതെ പോയി
കഷ്ടണ്ട്ട്ടോ

○○

നാൽപ്പത്തൊന്ന്

പ്രണയരേഖയിൽ നീ ഒപ്പുവെച്ചപ്പോൾ

കത്തിക്കാളുന്ന പകലിന്റെ
സായാഹ്നത്തിലേക്ക്
മിഴികൾ നോക്കി ഞാനീ ചുടുനിശ്വാസത്തിൽ
മുങ്ങി നിവർന്നു.

രാത്രിയുടെ സുവർണ്ണ-
രേഖയിൽ
തലവെച്ചു മയങ്ങാൻ
കൊതിച്ച നേരത്ത്,
പകൽ കണ്ട സ്വപ്നത്തിൽ
വെറുതെയൊരു മയക്കം!
            പേടിയാണെനിക്കെ-
            ന്റെ കാഴ്ചകൾ

കത്തിയമർ സൂര്യന്റെ
നെടു വീർപ്പിൽ
കരിഞ്ഞൊടുങ്ങിയ പകൽ,
നീരറ്റ ചിറക്കുകൾ
പൊങ്ങാനാവാത്ത
പതർച്ചയിൽ പേടിപ്പെടുത്തും ചിന്തയിൽ
വെറുതെ ഒരു മായപ്പേടി-
യാണെനിക്കെന്റെ
കാഴ്ചകൾ

കത്തിയമർന്ന സൂര്യന്റെ
നെടുവീർപ്പിൽ
കരിഞ്ഞൊടുങ്ങിയ പകൽ
നൃത്തച്ചിലമ്പൊലിയിൽ
പൊട്ടിയൊലിച്ചു പോയ
ജീവിതങ്ങൾ

കരിയാതെ കരിഞ്ഞും
ഒലിക്കാതെ ഒലിച്ചും
നിറമില്ലാത്ത കണ്ണാടിക്കൂട്ടിൽ
മങ്ങാതെ കിടക്കുമ്പോൾ
രാത്രിയുടെ സുവർണ്ണ-
രേഖയിൽ ആരോ എന്നെ
മുറിക്കിക്കിടത്തും പോലെ

അത് നീയായിരുന്നു,
അല്ലേ?
അതെ, അതാണെന്റെ
പ്രണയം!

൦൦

നാൽപത്തിരണ്ട്

പ്രണയശില്പി

ഒരു പ്രണയം
ബാക്കി നില്പുണ്ട്
തളിർത്ത് നില്ക്കുന്നൊരു
വൃക്ഷത്തണലിൽ

ഇന്നിന്റെ നിശ്വസങ്ങളേറ്റ്,
വെയിൽച്ചൂടേറ്റ്,
ഹരിത വർണ്ണച്ചില്ലയിൽ
എങ്കിലും ഞാനിന്ന്
ഒരു പുൽക്കൊടിപോലു-
മില്ലാത്തൊരിടത്ത്
കരിഞ്ഞു വീണ
വെയിൽ പൂക്കളിലെ
കിനാവിന്റെ ചാരത്ത്
ഏതോ കവിയുടെ
പദനിസ്വനം ദാഹിച്ച്
നനുത്ത പുഞ്ചിരിയിൽ
തിരമാലകൾക്കപ്പുറത്ത്
മോഹിച്ചതൊക്കെയും കൂട്ടി
കൊഴിഞ്ഞ പ്രണയത്തിൻ
തേനിമയിലെ സുമതലങ്ങ-
ളിൽ മുഖമമർത്തി
ഒരു പ്രണയശില്പി!

നാൽപ്പത്തിമൂന്ന്

കൂട്ട്

നിന്റെ മൗനത്തിൽ നിന്ന്
ഞാൻ പിൻതിരിയുമ്പോൾ
എന്നുള്ളിലൊന്നും
തോന്നാറേയില്ല.

നിന്റെ സ്വപ്നത്തിൽ നിന്ന്
എന്റെ രൂപം ഇറങ്ങിപ്പോരു
മ്പോൾ ഒരു ഞെരക്കമായ് പോലും തെളിയാറുമില്ല.

നിന്റെ സ്വരത്തിൽ നിന്ന്
ഞാൻ തംബുരു മീട്ടുമ്പോൾ
എന്റെ ഗാനം ഒരിക്കലും
പുറത്ത് വരാറേയില്ല!

നിന്റെ ചിരിയിൽ നിന്ന്
എന്റെ മയക്കം നിശ്ശബ്ദ-
മായ് കൂടുക്കൂട്ടുമ്പോഴും
ആരും എന്നെ തൊട്ടുണർ-
ത്താറേയില്ല
ഒരുപക്ഷേ, ഈ പിൻതിരിവിന്റെ
ഇരുട്ടിൽ നമ്മൾ സംഗീതമാക്കുന്ന
സാരംഗിയായി
അറിയുമായിരുന്നില്ലെ
നമ്മളെ നമ്മൾ
അറിയുകയായിരുന്നില്ലെ?

○○

നാൽപ്പത്തിനാല്

മൗനമന്ദഹാസം

ഞാൻ നിന്നെ കാത്തിരുന്നത്
എന്തിനാണെന്ന്
ഈ പുഴയും വഴിയും
നിന്നോട്
പറഞ്ഞിരുന്നതല്ലേ?

കണ്ണീർത്തടത്തിലെ
നീർമുത്തുകൾ
പുണർന്നു കിടക്കുമ്പോഴും
പറഞ്ഞരോർമ്മപോലെ
ഈ നീരൊഴുക്കുകൾ
നമ്മൾ കണ്ടിരുന്നതല്ലേ?

സമുദ്രത്തിലെ
നിഴൽ ചിത്രങ്ങൾക്ക്
ആർത്തുചിരിയ്ക്കാനോ,
തേങ്ങിക്കരയാനോ
കഴിയാനാവാതെ,
ശിഖരങ്ങളടർന്ന തടിപോലെ തനിച്ചാണെന്ന്
ആരാ പറഞ്ഞത്?

നീയെന്തിനാണ് കരഞ്ഞത്
എനിക്ക് പറയാനുള്ളത്
പറയാനാവാത്തതാണെന്ന്

നിന്നോടാരാ പറഞ്ഞത്?
വഴിയോര സ്വപ്നങ്ങളിൽ
ദിനരാത്രങ്ങളറിയാതെ
ഞാൻ
പിന്നെയും പിന്നെയും
നിന്നേയും കാത്ത്

വറ്റിയോ പുഴ?
വരണ്ട മണൽക്കാടുകളിൽ
കള്ളിമുൾച്ചെടികൾ
വളർന്നുവോ?

൦൦

നാൽപ്പത്തിയഞ്ച്

സ്നേഹം

ഒരു മാത്രമെന്നിൽ
നീ നിറയുമ്പോൾ
വിടരും ചില്ലയിൽ
നീ ഇളകുമ്പോൾ
ഞാനെന്ന ഞാനൊരു
നിശ്ചലതയിൽ
വിരിയാതെ വിരിയുന്ന
　　പുഷ്പമോ?

മറക്കുവാനാവില്ലയെങ്കിലും
നിന്റെ മധുവൂറു മഴകിൽ
എനിക്കറിയാനാവാത്ത
നിന്നോടെനിക്കുള്ള
　　പ്രണയമോ?

അന്നൊരുനാൾ
നമ്മളൊരുക്കിയ
നിറങ്ങളിൽ
ഏഴഴകായ് നിറഞ്ഞ
സൗന്ദര്യ പുഷ്പമേ
എന്നിൽ നീയൊരു
ഹൂറിയായ് വിടരും
പ്രിയ സ്നേഹമേ
　　എന്റെ പ്രണയമേ...

നാൽപത്താറ്

ഓർമ്മ പുസ്തത്തിലെ ഒരേട്

നനഞ്ഞ ഒരേടിൽ
നിന്നാണു ഞാൻ
കുറെയേറെ
പ്രണയപ്പൂക്കൾ
ചിതറിത്തെറിച്ചു
കിടക്കുന്നത് കണ്ടത്.

തെളിയാതെ തെളിഞ്ഞും
നിറയാതെ നിറഞ്ഞും
കരഞ്ഞും ചിരിച്ചും
കുറെ അക്ഷരത്തെറ്റുക-
ളോടെ
ശിഥിലപ്പെട്ടു കിടന്നത്.

ചിലത് ഹൃദയതാളത്തോടെ
മുട്ടിക്കിടന്നത്

ഇടയിലെപ്പോഴൊ
നഷ്ടപ്പെട്ട
പാഠപുസ്തകത്തിലെ
ഏതോ ഒരക്ഷരം
ഇടനെഞ്ചിലെ കത്തിയ-
മർന്ന ചാരത്തിൽ
പൂണ്ടു കിടന്നത്!

മറിയുന്ന പുസ്തകത്തിൽ

വായിക്കാനാവാതെ
തെളിയാതൊരേടിലെ
ശിഥിലചിത്രമായ്
ഞാനിപ്പോഴുമീ വഴിയിൽ
മൗനമായൊളിച്ചുനിൽപ്പാണ്
ഒരു പ്രണയ ബിന്ദുവായ്
അലിഞ്ഞലിഞ്ഞു തീർന്ന്
സമുദ്രത്തിലെ
ഉപ്പുകട്ട പോലെ
ഇഷ്ടത്തിന്റെ ഇഷ്ടങ്ങളായി
നഷ്ടത്തിന്റെ
നഷ്ടങ്ങളുമായി.

൦൦

നാൽപ്പത്തേഴ്

ഒന്നും പറയാനാവാതെ

സ്നേഹത്തിന്
അവകാശികളില്ലെന്ന്
ആർക്കും പറയാനാവില്ല.
അവൾക്ക് വിശ്വസിക്കാനും
കഴിയില്ല.
പ്രണയത്തിന് മാത്രമേ
പാലിക്കാനാവൂ

കാണാൻ തുടങ്ങുമ്പോൾ
ഒന്നും മിണ്ടാനാവാതെ
മിണ്ടിയാൽ തന്നെ
എന്തു പറയണമെന്നറി-
യാതെ
അന്സറികൾക്കുള്ളിൽ
ഒരു വല്ലാത്ത
കിരുകിരുപ്പാണ്

മൗനം പടിയിറങ്ങിയപ്പോഴും
പൊട്ടിവീണ നൊമ്പരം
സ്നേഹത്താൽ തഴുകിയും
കണ്ണുനീരിനാൽ
മൂടപ്പെട്ടതുമെല്ലാം
വരി തീർത്ത കവിതയിൽ
ഇനിയും മുഴുമിപ്പിയ്ക്കാ-

നാവാതെ
ഇഴ ചേർക്കാനാവാതെ

ഇന്നലെകൾ
ഉപേക്ഷിച്ചു പോയ
നമ്മൾക്കിടയിൽ
അവകാശികളില്ലെന്ന്
പറഞ്ഞതാര്?
അങ്ങനെ പറയാനും
പറയാതിരിക്കാനും
വയ്യാത്ത ഒരവസ്ഥയിൽ
ഒരേയിരിപ്പാണ്
വിശ്വസിക്കാനാവാതെ

നിമിഷങ്ങളെണ്ണിയിരി-
ക്കുമ്പോഴും
കുളിരുന്ന വഴികൾ
താണ്ടുമ്പോഴും
എത്താൻ വേഗത്തി-
ലോടുമ്പോഴും
ഇഷ്ടങ്ങൾ മറന്ന് പോവാത്ത
വിശ്വാസത്തിലെന്നപോലെ
അവകാശികൾക്കിടയിൽ
നിന്ന്
ആർക്കും വലിച്ചെറിയാനാ-
വാത്ത
ഇഷ്ടക്കാരിയായി
സ്നേഹിച്ചവർക്കിടയിലേക്ക്
ഒന്നും പറയാനാവാതെ

൦൦

നാൽപ്പത്തിയെട്ട്

എവിടേയും എത്തിപ്പെട്ടില്ല

സ്നേഹിച്ചു തീർന്നില്ല,
അതിനു മുമ്പേ
ഏകാകിയായി
സഞ്ചാരിണിയായി
സ്നേഹിപ്പാനായും കൂടെയില്ല,
ഒരു നോട്ടവും തലോടിയില്ല.
എന്നിട്ടും മരുഭൂമിയിലെ
പൂച്ചെടി പോലെ
പന്തലിച്ചു.
എപ്പോഴൊക്കെയോ,
എന്തൊക്കെയോ
പറഞ്ഞുകൊണ്ടിരുന്ന-
തായി തോന്നിയിട്ടുണ്ട്
കണ്ണാടിയോട്
അതു പറഞ്ഞ് തീർക്കാറുണ്ട്.

നഷ്ട പ്രണയങ്ങൾ
ബാല്യകാല സ്വപ്നങ്ങൾ
ഞാനപ്പോൾ ബഷീറിന്റെ
ബാല്യകാലസഖിയെ-
ഓർമ്മിച്ചെടുക്കും

പറന്ന് പറന്ന്
എവിടേയും ഞാനൊരു

ആത്മസഖിയായി മാറും
എവിടേയും എത്തിപ്പെടാ-
ത്തൊരിടത്ത് ഞാനുണ്ടാകും!
മജീദും സുഹറയുമായി

൦൦

നാൽപ്പത്തൊമ്പത്

ഒരേട്

ആഴങ്ങളറിയാതെ
നീന്തലറിയാത്ത ബാല്യത്തിൽ
ഒരു പിടിവള്ളി കിട്ടിയപ്പോൾ
കേറിപ്പറ്റിയതാണെനിക്കെ-
ന്റെ കവിത!
ഏകാന്തതയിൽ
വിരിഞ്ഞ സ്വപ്നങ്ങളാ-
ണെനിക്കെന്റെ കവിത!
കൗമാരത്തിന്റെ
ഊഷ്മളതയിൽ നിന്ന്
ഊളിയിട്ട് പറന്നപ്പോൾ
പ്രണയമൊരുക്കിയതാ-
ണെനിക്കെന്റെ കവിത
ശൂന്യബോധത്തിന്റെ
അറിയപ്പെടാതെ പോയ
ജീവിതത്തിൽ
വേദനനിറച്ചതാണെനി
ക്കെന്റെ കവിത!
ആഗ്രങ്ങൾക്കപ്പുറം
എന്തൊക്കെയോ-
ഉണ്ടെന്ന് വരുത്തി
കീറിയെടുത്തതാണെ
നിക്കെന്റെ കവിത!

ഇപ്പോൾ
എന്റെ കണ്ണുകളാണീ
കവിതകൾ
എന്റെ ശബ്ദമാണിവർ
ചോരയും നീരും കലർന്ന
കാലത്തിനപ്പുറം കടന്ന്
എന്റെ ജീവിത പുസ്ത
കത്തിനകത്ത്
കുനു കുനാ കുത്തിനിറച്ച്
മറിയാത്തൊരേടിലെ
പ്രണയമാണീകവിതകൾ

○○

അമ്പത്

തണുപ്പിൽ പൊതിഞ്ഞ്

തണുപ്പാർന്ന സമയത്ത്
ഒരു കട്ടൻ ചായയുമായി
കടന്നുവന്നവൾ.
കുടഞ്ഞു വിറക്കുന്ന
കോടമഞ്ഞിൽ
കൈവിരലുകൾ
ഒതുക്കിപ്പിടിച്ച്
മുറിഞ്ഞു, മുറിഞ്ഞു
വീണ വാക്കുകൾ
ഒന്നും പറയാനാവാതെ,
വിറകൊണ്ട ചുണ്ടുകളിൽ നിന്ന്
ഒരുമ്മ താഴെ വീണ്
ചിതറിയപ്പോൾ
ഇടറാർന്ന നെഞ്ചിലവൾ
മുഖമണച്ചതും
ഒന്നും പറയാനാവാതെ
മൊഴി ഭംഗികളിൽ
നോട്ടം എറിഞ്ഞു,
കണ്ണ് കലക്കിയവൾ!
മിന്നിമറഞ്ഞ പ്രണയം
അവൾ വിറകൊണ്ട-
ചുണ്ടിലൂറിച്ച്
അപ്പോളവളുടെ കണ്ണിൽ
പ്രണയം തണുപ്പിൽ പൊതിഞ്ഞു
കിടപ്പുണ്ടായിരുന്നു.

○○

അമ്പത്തൊന്ന്

എനിക്കതൊണിഷ്ടം

ഞാനപ്പോഴും
യാത്ര ചെയ്യാനിഷ്ടപ്പെ-
ടുന്നു.
വല്ലപ്പോഴും കൂടണയു-
മ്പോഴുണ്ടാക്കുന്ന
ഒരു സുഖം!
ഞാനെപ്പോഴും
സ്വപനം കാണാനിഷ്ട-
പ്പെടുന്നു
അമ്പരപ്പെട്ട് ഞെട്ടിയുണ-
രുമ്പോഴുണ്ടാകുന്ന-
ഒരു സുഖം!
ആഴങ്ങളിൽ കിടന്ന്
അലമുറയിട്ട് മുങ്ങുമ്പോഴും
തിരിച്ചു കേറാനായ്
രക്ഷപ്പെടുമ്പോഴുണ്ടാ-
കുന്ന ഒരു സുഖം!

എല്ലാം ഓർത്ത്
നഷ്ട സ്വപ്നങ്ങളെ-
ക്കുറിച്ച്,
ഭൂതകാലങ്ങളിലേക്കമരു-
മ്പോഴും, കാണാത്ത-

കാഴ്ചകൾ കാണുമ്പോഴു-
ണ്ടാകുന്ന ഒരു സുഖം!
മഴത്തുള്ളികളിൽ
കിലുങ്ങുന്ന കിലുക്കാം
പെട്ടിയായ് ഞാനിവിടെ
നില്ക്കുകയാണ്

സംഗീതം പൊഴിക്കുമ്പോഴും
കുരുവികൾ പാടുമ്പോഴും
പാട്ടിന്റെ ചേലിൽ ഞാനങ്ങനെ
മതിമറന്നെന്നിരിക്കും.
എന്തൊരു സുഖമാണെ-
നിക്കപ്പോൾ
ചിലപ്പോൾ ഞാനോർക്കും
ഈ പ്രപഞ്ചത്തിൽ
എന്നെപ്പോലെ
ഞാൻ മാത്രമായിരിക്കു-
മെന്ന്
അല്ലെങ്കിലും
അങ്ങനെയാണല്ലൊ,

പേനയിൽ
മഷിതീരുമ്പോഴും
ജീവിതത്തിൽ
കനലെരിയുമ്പോഴും
കവിതയാണെന്നേ
സങ്കൽപ്പിക്കാനാവൂ
എനിക്കതാണിഷ്ടം!

○○

പ്രണയശീലുകൾ

മുട്ടി വിളിക്കുമ്പോൾ
ആനന്ദം പകരുന്ന
ഹൃദയ താളമാണ്
    പ്രണയം.
കതകിൽ മറവിൽ
ഒളിഞ്ഞിരിപ്പുള്ള
പൂമുഖമാണ്
    പ്രണയം.
പുഞ്ചിരിയിൽ നിറയുന്ന
പ്രണയത്തിൻ ശീലുകൾ
നെഞ്ചിൽ നിറയുന്നതാവണം
    പ്രണയം.
അകലേക്ക് മായുമ്പോൾ
മിഴിയിലെ തെളിനീരിൽ
തുള്ളിയായ് നിറയുന്നതാവണം
    പ്രണയം.
വഴിയിൽ തെളിയുന്ന
പുൽച്ചെടി പൂക്കളുടെ
ചുംബനച്ചൂരാവണം
    പ്രണയം.
ജീവിതം എന്നാൽ
പ്രണയം മാത്രമല്ല
എന്നാൽ അത്
ജീവിതത്തിലേയ്ക്കുള്ള
തുറന്ന വാതിലാണ്
    പ്രണയം!

൦൦

നിനവ്

സമ്മോഹനങ്ങളായ്
നീയൊരു പൂവായ്
വിടർന്നിടും
പാതിരാവിലിപ്പോഴും
നിന്റെ സാന്നിദ്ധ്യം
സൗഗന്ധികങ്ങളായ്
നിറഞ്ഞിടും
അനശ്വര പ്രേമഗാനമായ്
ഞാൻ നിൻ മുരളികയിൽ
നിറയും, ഈ പുഷ്പവാടി-
യിലിരുന്നു ഞാൻ നിന്റെ
പാട്ടു കേട്ടു മയങ്ങിടും
പ്രണയാദ്രമാം വിഷാദഗാനങ്ങൾ
ഏത് രാഗത്തിൽ ചേർത്തിട്ടും പ്രിയനേ?

ഏത് ചില്ലയിൽ
ചേർത്തൊതുക്കും ഞാൻ
എന്നിൽ നിറയുമീ
പുതുരാഗം?
പ്രപഞ്ച സ്പനങ്ങൾ വിടർത്തും
ചില്ലയിലിരുന്ന് ഞാനെന്റെ
ഗാനം മൂളട്ടെ!

ഗായകാ .....
നിൻ വിപഞ്ചികയിലെ
ഗാനമായിരുന്നെങ്കിൽ
ഞാൻ ......

അമ്പത്തിനാല്

മിഴിനീർത്തുള്ളികൾ

ഒരു നിമിഷമെങ്കിലും
നീയെനിക്കായ്
വാടാതിരുന്നിരുന്നെങ്കിലെന്ന്
ഞാനാശിച്ചു പോയ് സഖേ
കടുത്ത വിഷാദചിന്തയിൽ
നിന്നെയും കാത്ത് ഞാനീ
മൺകുടിലിൽ കാത്തിരിപ്പതായ്

നനഞ്ഞു കുതിർന്നൊരു
തൂവൽപ്പക്ഷിയായ്
ഇരിപ്പതായ്
എൻ ചിരി ഞാനെന്നേ
മായ്ച്ചു കളഞ്ഞരോർമ്മ-
യെന്നിൽ നിറയുന്നുണ്ടല്ലോ
സഖേ.

എൻ വിരലിനാൽ ചേർന്ന
നിൻ മുഖം എന്റെ കവിതയിൽ ഞാനെന്നേ
പുതപ്പിച്ചിരുന്നു
കടുത്ത വിഷാദച്ചിരിയിലും
മൂകമായ് പാടി രസിച്ചു പോയ്
ആഴങ്ങളിൽ മുങ്ങി എൻ
പ്രാണനാരും എടുത്തില്ലയെങ്കിലിനിയും
ഞാനീ നദീ തീരത്തെ
മൺകുടിലിന്നരികെ
മിഴിനീർ തൂവാതെ
നോക്കി നിന്നിടാം

൦൦

അമ്പത്തഞ്ച്

കടലോർമ്മ

ഓർമ്മകളാൽ തഴുകിയു-
ണർത്തുമ്പോൾ
പലതും കണ്ട് മതിമറക്കാറുണ്ട്,
കടലോർമ്മയിൽ മനം നിറഞ്ഞ്
കതകടയ്ക്കുമ്പോഴും
കടലാഴങ്ങളിലെ
അറ്റമില്ലാ യറ്റത്ത്
അസ്തമയച്ചുവപ്പിൽ
കണ്ണ് നിറയാറുണ്ട്.

ഋതുക്കൾ പൊഴിയുന്നതും
വെൺമേഘങ്ങളിലേക്ക്
കണ്ണുകൾ പായുമ്പോൾ
ജലാശയങ്ങളാൽ
മനം നിറഞ്ഞ് കുളിരാറുണ്ട്.

എന്നോ,
കടല് കണ്ടരോർമ്മയിൽ
കാഴ്ചകൾ തിരയുമ്പോൾ
മറന്നുവെച്ച മൺതരിക-
ളിൽ ഞാനെന്നെ തിരഞ്ഞു-
കൊണ്ടിരുന്നു!
ഇന്നിതാ ഈ നിമിഷവും
എന്റെ പ്രണയത്തിലും

അമ്പത്താറ്

കൂട്ട്

നിന്റെ മൗനത്തിൽ നിന്ന്.
ഞാൻ പിൻതിരിയുമ്പോൾ
എന്നുള്ളിലൊന്നും
തോന്നാറേയില്ല.

നിന്റെ സ്വപ്നത്തിൽ നിന്ന്
എന്റെ രൂപം
ഇറങ്ങിപ്പോരുമ്പോൾ
ഒരു ഞെരക്കമായ് പോലും
തെളിയാറുമില്ല.

നിന്റെ സ്വരത്തിൽ നിന്ന്
ഞാൻ തംബുരു മീട്ടുമ്പോൾ
എന്റെ ഗാനം ഒരിക്കലും
പുറത്ത് വരാറേയില്ല.

നിന്റെ ചിരിയിൽ നിന്ന്
എന്റെ മയക്കം നിശ്ശബ്ദമി-
രുന്ന് കൂടുകൂട്ടുമ്പോൾ
ആരും എന്നെ
ഉണർത്താറേയില്ല.

ഒരു പക്ഷേ, ഈ പിൻതിരിവിന്റെ മറവിലൂടെ
നമ്മൾ, നമ്മളെ തന്നെ
അറിയുകയായിരുന്നില്ലെ?.

അമ്പത്തേഴ്

പ്രണയം

ഇളം കാറ്റിൽ
തളിരിടും ചില്ലയിൽ
വിടരും ചെറു പൂക്കളിൽ
നൃത്തമാടും എന്റെ പ്രണയം

വെള്ളിമേഘങ്ങളിൽ
നക്ഷത്രങ്ങൾ കണ്ണു ചിമ്മുമ്പോൾ
എന്റെ സ്വപ്നങ്ങളിൽ ഒളിച്ചിരിക്കാം
എന്റെ പ്രണയം

നിറഞ്ഞൊഴും കവിളിൽ
വെയിൽച്ചിരിയായ് തെളിയും
ഒരു ചുംബനച്ചിത്രമാണെന്റെ
പ്രണയം

ആടിയുലയുന്ന കാറ്റിൽ
ചിരിപ്പൂവായ് വിടരും
ആർദ്രദാഹത്താൽ
നൃത്തമാണെന്റെ
പ്രണയം

എല്ലാ ദുഃഖവും
നമുക്കൊരു പോലെയല്ല!
എല്ലാ പ്രണയവും.
ചില പ്രണയം നമ്മളിൽ-
നിന്നോടിയൊളിക്കും
അതാണ് യഥാർത്ഥ
പ്രണയം

അമ്പത്തെട്ട്

മറന്നുവെച്ച പ്രണയം

ഞാൻ നടന്ന വഴിയിൽ
ചിറകരിഞ്ഞു തളരുമ്പോൾ
വെയിൽ വീണ നാളത്തിൽ
കുടഞ്ഞെറിഞ്ഞു
വിടർന്നു പോയ്

വെയിൽ നിറഞ്ഞ പാടത്തും
വെയിൽ നനഞ്ഞ മുറ്റത്തും
വഴി മറന്ന നാളുകൾ
മതിമറന്നതോർത്തു പോയ്

ചിറകൊതിക്കിപ്പറക്കുമ്പോൾ
ഇല കൊഴിഞ്ഞ സമയത്ത്
വെയിൽ വീണ വഴിയുടെ
തണൽ തേടി-
യതോർത്തു പോയ്

കവിത കൊണ്ടെന്റെയരികിലായ്
പ്രണയം നിറഞ്ഞ മനസ്സിലായ്
വെയിൽ വീണ വഴിയിൽ ഞാൻ
മറന്നുവെച്ച പ്രണയമേ

അമ്പത്തൊമ്പത്

എന്റെ പ്രണയം

ഉള്ള് കൊണ്ട് നീറ്റുന്ന
സുഖമേ
നീ അകലുന്നതും എന്റെ
പ്രണയം.

അകമേ നിറയുന്ന മുകിലേ
നീ അടുക്കുന്നതും എന്റെ
പ്രണയം.

അരുവിയായ് നിറയുന്ന
നിന്റെ സ്നേഹം
എന്റെ നെഞ്ചിൽ
നിറയ്ക്കുന്നതും എന്റെ
പ്രണയം.

കാറ്റായ് നിറയുന്ന
എന്റെ മോഹം
തഴുകാതെ പോയതും എന്റെ പ്രണയം.

കൊഴിയുന്ന പൂവുകൾ വാടും എന്റെ കരളിലെ
ദുഃഖവും എന്റെ പ്രണയം.

ചിരിയ്ക്കുന്ന നിൻ നെഞ്ചിലെ നോവും
കനലായ് നിറയുന്നതും

എന്റെ പ്രണയം.

വെള്ളിമേഘലങ്ങൾക്കു ചുറ്റും പറന്ന്
രണ്ട് പക്ഷികളിണയായ
തുമെന്റെ പ്രണയം.

പൂമ്പാറ്റയായ് നിറയും
എന്റെ ചില്ലയിൽ
ഉന്മാദം കൊള്ളുമെൻ
പ്രണയം.

കാത്തുകുത്തിരിക്കും
എന്റെ സ്വപ്നം
അകലെ പോയ് മറഞ്ഞതും
എന്റെ പ്രണയം

ഉള്ള് കൊണ്ട് നീറ്റുന്ന
സുഖമേ
നീ അകലുന്നതും എന്റെ
പ്രണയം!

೦೦

അറുപത്

ബാക്കിയായത്

മഴയുടെ ചില്ലയിലിരുന്ന്
എന്റെ കണ്ണുനീർ
പിടഞ്ഞു തീർന്നപ്പോൾ
വീണുടഞ്ഞുപോയതത്രയും
തിരഞ്ഞെടുത്തത്
ആരോ ഉപേക്ഷിച്ചുപോയ
പൂർത്തിയാവാത്ത
ചിത്രത്തിന്റെ നിറമില്ലാത്ത
വരികളായിരുന്നു

മുറ്റത്തെ മുല്ലയിലും പൂക്കളിലും പറിച്ചുതീരാ-
ത്തത്രയും എന്റെ
കണ്ണുനീരായിരുന്നു

വിങ്ങിനിറയുമ്പോഴും
മഴവില്ലിൽകോർത്ത സ്നേഹം
പിടഞ്ഞുമരിച്ചു-
കൊണ്ടേയിരുന്നു

മരിച്ചും ജീവിച്ചും
വാരിപ്പിടിച്ചും കൊതിപ്പിച്ചും
രസിപ്പിച്ചും ഓരോ ചില്ലക-
ളിലേക്ക് ഞാൻ

പറന്നുകൊണ്ടേയിരുന്നു

ഈണമീട്ടിക്കൊണ്ടിരിക്കു-
മ്പോഴും ബാക്കിയായത്
എന്റെ കണ്ണുനീരായിരുന്നു

മലകളും പുഴകളും കടലും
എന്റെ സ്വപ്നങ്ങൾ പറന്ന്
പറന്ന് കെണ്ടേയിരുന്നു

എന്തിനോവേണ്ടി
ആരാർക്കോവേണ്ടി
എപ്പോഴുമെപ്പോഴുമിടയിൽ
ഒരു ചിരിപ്പൂവായ്
ശോണ വർണ്ണപ്പൂവായി
ഞാനിപ്പോഴുമിവിടെയുണ്ട്
ബാക്കിയായ്

○○

www.ingramcontent.com/pod-product-compliance
Lightning Source LLC
LaVergne TN
LVHW040820051026
849519LV00007BA/2685